மருதநாயகம் பிள்ளை புலி சுட்டக் கதை

பத்மநாபபுரம் அரவிந்தன்

மருதநாயகம் பிள்ளை புலி சுட்டக் கதை	:	நாவல்
ஆசிரியர்	:	பத்மநாபபுரம் அரவிந்தன்
	:	© ஆசிரியருக்கு
முதற்பதிப்பு	:	டிசம்பர் 2023
அட்டை வடிவமைப்பு	:	தம்ஜி
வெளியீடு	:	வம்சி புக்ஸ்
		19, டி.எம்.சாரோன்,
		திருவண்ணாமலை - 606 601
		9445870995, 04175 - 235806
அச்சாக்கம்	:	மணி ஆப்செட், சென்னை - 600 077
விலை	:	₹ 160/-
ISBN	:	978-93-93725-80-6

Maruthanayagam pillai puli sutta kathai : Short Stories

Author	:	Padmanabhapuram Aravindhan
	:	© Author
First Edition	:	December - 2023
Wrapper Design	:	Thamji
Published by	:	Vamsi books
		19.D.M.Saron,
		Tiruvannamalai - 606 601
		9445870995, 04175 - 235806
Printed by	:	Mani Offset, Chennai - 600 077
Price	:	₹ 160/-
ISBN	:	978-93-93725-80-6

www.vamsibooks.com - e-mail : kvshylajatvm@gmail.com

என் மகன் அர்ஜூனுக்கும்,
மகள் அருள்மொழிக்கும்...

பத்மநாபபுரம் அரவிந்தன்

கடலடியிலிருந்து கச்சா எண்ணெய் துளைத்தெடுக்கும் ஆயில் ரிக்கில் ரேடியோ ஆஃபிஸராக பணியாற்றும் நான், பல இலக்கிய ஆளுமைகளின் புத்தகங்களை வாசிப்பதை என் முக்கிய பழக்கமாகக் கொண்டுள்ளேன்.

பிறந்தது குமரி மாவட்டத்தில் பத்மநாபபுரம் என்னும் சரித்திர புகழ் பெற்ற ஊரில். வசிப்பது சென்னையில் கொட்டிவாக்கம். வேலை தற்போது பாரசீக வளைகுடாவில்.

என் கவிதைகள், கதைகள் பல இலக்கிய இதழ்களிலும் வெளிவந்துள்ளன.

என் முதல் கவிதைத் தொகுப்பு 'விரிசலுக்குப் பிறகு' எனும் தலைப்பில் வம்சி புக்ஸால் வெளியிடப்பட்டது.

என் சிறுகதை தொகுப்பு 'முறிந்த வில்' என்ற தலைப்பில் கீற்று பதிப்பகம் வழியாக வெளியானது.

மற்றொரு சிறுகதைத் தொகுப்பை, வெறி என்ற தலைப்பில் நோஷன்பிரஸ் வெளியிட்டது.

இப்பொழுது என் முதல் நாவல் 'மருதநாயகம் பிள்ளை புலி சுட்ட கதை' வம்சி புக்ஸ் வழியாக வெளி வருவதில் பெருமகிழ்ச்சியடைகிறேன்.

நன்றியுடன்

பத்மநாபபுரம் அரவிந்தன்

கைபேசி: 9940381031

pillaiaravindhan@yahoo.co.in

'ஊரில் இருந்த பொழுதுக் கேட்ட பல வாய் வழிக் கதைகளின் தாக்கம் என்னை இந்த கற்பனை நாவலை எழுத வைத்தது'. இந்நாவலில் வரும் பெயர்கள் மற்றும் சம்பவங்கள் அனைத்தும் என் சுய கற்பனையே.

தங்களை வீரர்களென்று முன்னிலைப் படுத்தப் பல கோமாளித்தனங்களை பலரும் செய்துள்ளனர். வெள்ளைக்காரனை பகைத்துக் கொண்டால் தங்கள் சொத்து பறிபோய்விடும் என்ற பயமும், அந்தமான் சிறையில் அடைக்கப்படுவோம் என்ற கவலையும் இதில் வரும் கதாநாயகன் மருதநாயகம் பிள்ளையைப் போல பலருக்கும் இருந்திருக்கிறது.

எனவே தங்களுக்கு முடியாத, விரும்பாத பல வேலைகளையும் அவர்கள் செய்யவேண்டியக் கட்டாயம்...

'தாங்கள் வீரர்கள் என்று ஊர் முன்பு காட்டாவிட்டால், யாருமே தங்களை மதிக்க மாட்டார்கள் என்பதனால் பல நாடகங்களை இவர்கள் நடிக்க வேண்டியிருந்தது. அதில் ஒன்று இது... .'

பதினெட்டாவது வயதில் மருதநாயகம் பிள்ளையிடம் ஒரு கள்ளத் துப்பாக்கி இருந்தது. வெள்ளைக்காரர்களை சுட்டுத்தள்ள, அவரது அப்பாவுக்குத் தெரியாமல் திருடிய காசில், தீவிரவாத கும்பலில் இருந்த ஒருவரிடமிருந்து வாங்கி வைத்திருந்தார். ஆனால் சுடுவதற்கான மன தைரியம் அவருக்கு சுத்தமாக இல்லை.

தீவிரவாதத்தின் மீது அவருக்கிருந்த நம்பிக்கை இருபத்தி இரண்டு வயதில் குறைந்து, அவர் மிதவாதியானார். அஹிம்சையே சிறந்த வழியென்று முடிவெடுத்து தன் துப்பாக்கியை சாணி உரக் குழிக்குள் புதைத்தார்.

பல நாட்களுக்குப் பிறகு அக்குழியில் சாணி அள்ளிப் போனவருக்கு அத்துப்பாக்கி கிடைத்தது. அவர் அதனை விற்க முயன்றபோது பிரிட்டிஷ் போலீசால் கைது செய்யப்பட்டு, விசாரணையில் அது மருதநாயகத்தின் வீட்டு சாணிக் குழியில் இருந்து கிடைத்தது தெரியவர... மருதநாயகம் பிள்ளை கைது செய்யப்பட்டு, அவரது இறுதிக் காலம் வரை பிரிட்டிஷ் அரசு சொல்வதைக்கேட்டு நடக்க வேண்டும்... மீறினால் நடுத்தெருவில் தூக்கிலிடப்படுவார் என்ற எச்சரிக்கையுடன் விடுவிக்கப்பட்டார்.

உயிர் போய்விடும் என்றபோது மருதநாயகத்தின் சப்த நாடிகளும் ஒடுங்கி பிரிட்டிஷ் காரர்களின் முழு நேர சேவகனானார்.

மருதநாயகம் பிள்ளையின் அப்பா, இப்பொழுது இருக்கும் ராஜாவிற்கு மாமனாகிய முந்தைய ராஜாவிடம் கணக்கராகப் பணிபுரிந்ததாலும், மருதநாயகம் பிள்ளையின் கட்டு மஸ்தான உடல் வாகுவினாலும், இருபத்தி நான்கு வயது முதல் இவருக்கு, 'ராஜ விசுவாசத்தை ஒருபோதும் தவறவிடாது காப்பாற்ற வேண்டும்,' என்ற நிபந்தனையுடன், ஊர் தலையாரி பதவி கொடுக்கப்பட்டது.

1

‘முதன் முறையாய் இரு வெள்ளைக்காரர்களை இவ்வளவு பக்கத்தில் பார்த்ததும் மருதநாயகம் பிள்ளை தன் நிறத்தை நினைத்துக் கொண்டார். நிறத்துல என்ன எளவு இருக்கு?... ராத்திரியானா இருட்டிலே அவுத்துப் போட்டா... எல்லாம் ஒரு நெறம் தாலா... எல்லா எளவும் கருப்புதாங்..’

வீட்டில் வெறும் கோமணம் மட்டுமேக் கட்டித் திரியும் அவருக்கு வெள்ளைக்காரர்கள் போட்டிருந்த உடைகள் பெரும் ஆச்சரியத்தைக் கொடுத்தது...

‘எளவுடுத்தானுவ... இவ்வளவு துணிகள எப்படித்தாம் போட்டுகிட்டு அலையானுவளோ... நமக்கு இங்க கோமணத்துக்கு மேல ஒரு முண்டக் கெட்டி, வேற வழியத்துப் போய் உடுப்பும் போட்டாலே வெசர்த்துக் கொட்டுகு...’ என்று மனதுள் எண்ணிக் கொண்டார்.

மருதநாயகம் பிள்ளைக்கு, இன்று காலை இரணியல் கொட்டாரத்தில் இருந்து ஒருவன் தகவல் கொண்டு வந்தான், ‘நாளை மாலை ராஜாவும் பிரிட்டிஷ் கோழிக்கோடு ரெஜிமென்ட் கமாண்டர் ரிங்கோ மற்றும் அவனது மைத்துனன் ரூபனும் பத்மநாபபுரம் கொட்டாரதிற்கு வருவதாகவும், அங்கிருந்து நாளை மறுநாள் அதிகாலை கிளம்பி கீரிப்பாறை வனப்பகுதியில் புலி வேட்டைக்குப் போவதாகவும் சொன்னான்.

ராஜாவும், ரிங்கோவும், ரூபனும் வருவதிலோ, புலி வேட்டைக்குப் போவதிலோ மருதநாயகம் பிள்ளைக்கு எந்தக் கவலையும் வரவில்லை.

ஆனால் தகவல் கொண்டு வந்தவன் சொன்னக் கடைசிச் செய்தி, 'டிலன்னோய் கோட்டையில் செய்த பீரங்கி' அவரது நெஞ்சில் வெடித்தது போல இருந்தது.

''தம்புரான் வேட்டைக்குப் போவாது... பதிலா தங்களும், தங்களுட கூட்டாளி கடுவா மூர்த்தியா பிள்ளையும் அவ்வளோட போவணும்... தொணைக்கு பின்னயும் ஒரு ஆளை வச்சிகிடணும்... இது தம்புரானுக்க வாக்காக்கும்... '' என்றான்.

வெறும் கோமணம் மட்டுமே கட்டிக்கொண்டு சாய்வு நாற்காலியில் அமர்ந்திருந்த மருதநாயகம் பிள்ளைக்கு வியர்க்கத் துவங்கியது... கைத்துண்டால் முகத்தை துடைத்துக் கொண்டார், வெற்றிலையைப் புளிச்சென்று முற்றத்தில் துப்பினார்..

''சரி... சரி நாள பாக்கலாம்... இன்னும் ஒரு நா தாலா கெடக்கு... நா... .தம்புரானுக்கிட்ட நாள பேசுகேன்... நீ போ இப்போ,'' என்று தகவல் சொன்னவனை அனுப்பினார்.

அவரது வீட்டின் தலைமை வேலைக்காரன் மற்றும் அந்தரங்க உதவியாளன் கக்கோடனை அழைத்தார்,''லே... கக்கோடா... ஒடனே போய் அந்த கடுவா மூர்த்தியா பிள்ளைய வரச்சொல்லு... ராசாவுக்கு வேற வேல மயிரே கெடயாது... புலி வேட்டைக்குப் போவணும்னா அவரு கூடப் போவ வேண்டியது தாலா... .நம்ள யாம்டேய் கோத்து விடுகேரு?''என்றார்.

கக்கோடன் சொன்னான், "ஏமானே... இது ஒரு நல்ல சந்தர்ப்பமில்லா... தொரமாருக்கக் கூட போயிற்று பேருக்கு அங்க இங்க சுட்டுப்பிட்டு... அவமாரு கொண்ணுப் போடுக புலிய... ஏமாந்தாங் கொண்ணதாயிற்று தூக்கி வந்துரலாம்லா... இஞ்ச எவனுக்குத் தெரியப் போவு?" என்றான்.

"போலே... மயிராண்டி... சவத்துக்குப் பொறந்த பயலே... போறது எங்க தெரியும்லா... கீரிப்பாறைக்காக்கும்... எளவு எம்புடு புலிவோ திரியுண்ணு தெரியுமாலே? தொரைமாருக்கு பயமும் இல்ல மயிரும் இல்ல... பொறக்கயிலேயே அவனுவள தண்ணி தொளிச்சு உட்டுருவாளுவ... நமக்கு எளவு புலிய... கூட்டுக்குள்ள பாத்தாலே மூத்திரம் முட்டும்... இந்த லட்சணத்திலே காட்ல நேர்ல பாத்தா பேண்டாலும் பேண்டுருவெண்டே...," என்று சொல்லி சிரித்தார்.

இதை சொல்லும் போதும் தன் தடிமனான மீசையை நன்கு முறுக்கி மேல் நோக்கி வைத்துக் கொண்டார்.

மருதநாயகம் பிள்ளை தன்னைப் பற்றிய அனைத்து உண்மைகளையும் சொல்வது கக்கோடன் மற்றும் கடுவா மூர்த்தியா பிள்ளை இருவரிடம் மட்டுமே.

அவர்கள் இல்லாமல் இவருக்கு எதுவும் செய்ய முடியாது என்பதாலும், இந்த இருவருக்கும் மருதநாயகம் பிள்ளையைப் பற்றி எல்லாம் தெரியும் என்பதாலும், இவரை பற்றிய பொய்யான பல வீரக் கதைகளை ஊரில் இவர்கள் பரவ விடுவதாலும், இவர்கள் இருவர் மேலும் மருதநாயகம் பிள்ளைக்கு பயங்கர அக்கரை. யாருக்கும் காலணா கொடுக்காத இவர் கக்கோடன் கேட்கும் முன்பே எல்லாம் கொடுப்பார்.

‘‘கக்கோடன் சொன்னான்,’’ஏமானே... நீரு சலம்பாதியும்... அவமாரு பாத்துக்கிடுவினும்... நம்ம சும்மா பேருக்கு ஒப்புக்கு சப்புப் போனா, வரும்போ... நல்ல பேரு உண்டகும்லா... ‘‘சரி நான் போய் அங்ஙத்தய கூட்டிட்டு வரேன்,’’ என்று சொல்லி கக்கோடன் கிளம்பினான்.

‘‘ஏய்... நுள்ளியமே... ஏய் புள்ள,’’ அடுக்களை இருந்த மேற்குப் பக்கம் பார்த்து தன் மனைவியை அழைத்தார் மருதநாயகம் பிள்ளை.

சத்தம் கேட்டதும் நுள்ளியம்மை அடுக்களையில் இருந்து வேகமாய் வெளியே வந்தாள். அவள் குள்ளமாக இருந்தாள். மருதநாயகம் பிள்ளையின் கீழிருந்து மூன்றாவது விலா எலும்பின் உயரத்துக்கு அவள் இருந்தாள்.

‘‘வென்னிப் போடு... நல்ல ஏளஞ் சூடில போடு... நாங் கக்கோடனும், கடுவாவும் வந்ததும் எண்ணை தேச்சு குளிக்கப் போறேன்,’’ என்றார்.

மற்றொரு வேலைக்காரன் வேலப்பனை அழைத்து நாற்காலியை எடுத்து மாமரத்து நிழலில் போடச் சொல்லி அதில் போய் அமர்ந்தார்.

வேலப்பனிடம் மேலே மாடிக்குச் சென்று ஆணியில் மாட்டி வைத்திருக்கும் தன் வேட்டைத் துப்பாக்கியை எடுத்து வரச் சொன்னார்.

வேலப்பன் அந்த கனத்த இரட்டைக் குழல் துப்பாக்கியை பவ்யமாக எடுத்து வந்து மருதநாயகம் பிள்ளையின் கையில்

கொடுத்தான். நாற்காலியில் இருந்தபடியே அதை அவர் வாங்கினார்,

தன் மனதுள் நினைத்துக் கொண்டார், 'இந்த கருமத்த ஒரு தொரகிட்டே இருந்து பவிசுக்கா சுட்டி நூறு ருவா கொடுத்து வாண்டுனேங்... எளவ ஒரு நாளாவது சுட்டிருக்கேனா?... பேச்சிப்பாற காணிக்காரனுவ மறச்சு, ஒளிச்சு எடுத்துட்டு வந்து காசு வாங்கிட்டு தாற மிளாத் தலையும் புலித் தோலும், காட்டெருமைத் தலையும், கொம்பும்... நானே கொன்னு கொண்டு வந்ததாட்டு... பொண்டாட்டிய வரைக்கும் நம்ப வெச்சுப் போட்டேன்... வாண்டுன பத்து உண்டைகளும் (தோட்டாக்கள்) பெட்டிக்குள்ள அப்படியேக் கெடக்கு. கக்கோடனுக்கும், கடுவாக்கும் மட்டும் உண்மை தெரியும்... கக்கோடன் பய சொல்லமாட்டான் யாருக்கிட்டையும்... நெறைய குடுத்திருக் கொம்லா... மட்டுமில்லாம பய செறு பிராயத்திலேருந்தே நம்மோ கூடத்தாலா திரியாங்... நம்பிக்கையான பய தாலா...'

கக்கோடன் முதன் முறையாக மருதநாயகத்துக்கு அறிமுகமானதை அவர் யோசித்துப் பார்த்தார்.

2

அப்பொழுது மருதநாயகம் பிள்ளைக்கு பதினெட்டு வயது... ஒத்த சரீரமாய் வளர்ந்திருந்தார். மீசை கறு கறு வென வளர ஆரம்பித்திருந்தது. இரவானால் அவருக்கு பயங்கரமாய் வறட்டு இருமல் இருந்தது.

தொண்டை கமறிக் கமறி இருமல்... தொண்டையில் ஈரமே இல்லாமல் வறண்டு, மூசுக் குழாய் காய்ந்து உறுத்தலுடன் விடாத இருமல்களாய் வெளிவரும். தூக்கமே இல்லாமல் இருமி, இருமி கண்கள் சிவந்து, தேகம் சோர்ந்து எப்பொழுதும் சோகமாகவே இருந்தார்.

பகலில் குறையும் இருமல் இரவானதும் முழு வீச்சுடன் அவரைப் புரட்டி எடுக்க ஆரம்பிக்கும்.

மருதநாயகம் பிள்ளையின் அப்பா, மகாராஜாவின் விசுவாசமான கணக்கராகப் பணி புரிந்துக் கொண்டிருந்தார். அவருக்குத் தன் மகனின் இந்தத் தணியாத வறட்டு இருமல் பெரும் வருத்தத்தை தந்தது.

பல வைத்தியர்களும் பல மருந்துகளைக் கொடுத்ததும் சற்றும் குறையவே இல்லை. ஓரிரு வைத்தியர்கள்,“நெஞ்சில் கபம் ஒண்ணும் இல்ல பாத்துக்கிடும், ஏமானே... இது ஒடம்பு சூடுனாலே வாரதாகும்... சின்ன ஏமாங் வயசு தெகஞ்சு நிக்கேருல்லா... அதாக்கும் இந்த செமைக்கக் காரணம். நல்ல தாறா முட்டைய அவிச்சி தெவசவும் காலேலெ வெறுங் வயத்திலக்

குடுக்கணும்... நெல்லிக்கா அரச்சி தலேலெ வாரத்துக்கு ரெண்டு நாளு நல்லத் தப்பளம் போட்டு எளஞ் சூட்டு வென்னியிலேக் குளிக்கணும் பாத்துக்கிடுங்கோ,'' என்றனர்.

இவை எல்லாம் செய்தும் ஒரு பலனும் இல்லை. நாளுக்கு நாள் மருதநாயகம் பிள்ளை இளைத்துக் கொண்டிருந்தார். அவர் கண்கள் எங்கோ குண்டுக்குள் கிடப்பான போல இருந்தது. கன்னங்கள் ஒட்டி, மார்பு கூடி, தோள் மற்றும் கழுத்து எலும்புகள் புடைத்து, விகாரமானத் தோற்றம் கொண்டிருந்தார்.

ஒரு தேவாங்கின் சாயலுக்கு வந்து விட்டார். தன் இயலாமை அவருக்கு எல்லோர் மீதும் கடுமையான கோபத்தை உண்டாக்கியது... இருமல் இல்லாத நேரங்களில் அவர் வேலைகாரர்களை காரணமே இல்லாமல் கெட்ட வார்த்தைகளில் திட்டிக் கொண்டிருந்தார்.

திட்டி முடியும் முன் மீண்டும் இருமல் ஆரம்பித்து விடும். தூக்கம் இல்லாமல் பைத்தியக் காரன் போல சுற்றி வந்தார்.

இரவில் இருந்த இருமல் இப்பொழுது பகலிலும் தொடர ஆரம்பித்தது. மருதநாயகத்தின் அப்பா அவரை மயிலாடி வைத்தியரிடம் அழைத்துச் சென்றார்.

அதிகாலை நான்கு மணிக்கே வில் வண்டியில் புறப்பட்டனர். வண்டியை மருதநாயகம் பிள்ளையின் அப்பாவின் அந்தரங்க உதவியாளன் முத்துக்கறுப்பன் ஓட்டினான். காலையில் ஒன்பது மணிக்கெல்லாம் மைலாடி வந்து விட்டனர்.

மைலாடி வைத்தியருக்கு ஏற்கனவே தகவல் கொடுக்கப்பட்டிருந்தது. வில் வண்டி வரும் முன்பே அவர் வெளியே வந்து காத்துக் கொண்டிருந்தார்.

மைலாடி வைத்தியர் நல்ல கறுப்பு நிறம், குள்ளமாய் இருந்தார். அவரது உள்ளங் கைகள் தடித்துக் குட்டையானதாக இருந்தன. ஒரு வெள்ளை துண்டை மட்டுமே இடுப்பில் கட்டி இருந்தார். அவரது வைத்திய சாலை தென்னை ஓலைகளால் வேயப்பட்டு பெரிய குடிசை போன்ற அமைப்பில் இருந்தது. தரை நன்றாக சாணி போட்டு மெழுகப்பட்டிருந்தது.

வைத்திய சாலைக்குள் நுழைவதற்கு முன்பாகவே பலவித மூலிகை மற்றும் எண்ணெய் கொதிக்கும் மணம் காற்றில் கலந்து இதமாக வந்தது. வைத்திய சாலை முன்பாக இரு புறங்களிலும் வேப்ப மரங்களும், பூவரசு மரங்களும் நின்றன. வலப்புறம் ஒரு மாட்டுத் தொழுவம். அதில் இரண்டு வெள்ளைப் பசுக்களும் ஒரு கன்றுக் குட்டியும் கட்டப்பட்டிருந்தன.

மருதநாயகம் பிள்ளைக்கு அந்த வைத்திய சாலையின் சூழல் மிகவும் பிடித்தது. மனதுக்குள் வெகு நாட்களுக்குப் பிறகு ஒரு விதமான சந்தோஷத்தை உணர்ந்தார்.

வைத்தியர் மருதநாயகத்திடமும் அவர் அப்பாவிடமும் அனைத்து விபரங்களையும் கேட்டு அறிந்துக் கொண்டார். மருதநாயகம் பிள்ளையின் அப்பாவை அங்கேயே இருக்க சொல்லிவிட்டு, மருதநாயகத்தை மட்டும் உள்ளே ஒரு அறைக்குள் அழைத்துச் சென்றார்.

அந்த அறையில் நீளமான ஒரு மரப் படுக்கை இருந்தது. மருதநாயகத்தின் வேட்டியையும், கோமணத்தையும் அவிழ்க்கச் சொன்னார். மருதநாயகம் பிள்ளை சற்றே வெட்கப் பட்டார். "என்னத்துக்கு வெக்கப் படுகு... எல்லாருக்கும் கெடக்கது தாலா...," என்று கூறி வைத்தியர் பலமாகச் சிரித்தார்.

மருதநாயகம் பிள்ளை, சகலத்தையும் அவிழ்த்தப் பின்னர் அவரை வைத்தியர், அந்த மரப் படுக்கையில் ஏறிப் படுக்கச் சொன்னார்.

வைத்தியர் மருதநாயகத்தின் விதைக் கொட்டைகளை தன் கைகளால் லேசாக அழுத்திப் பிடித்தபடி அவரை இருமச் சொன்னார். மருதநாயகம் இரும ஆரம்பித்தவர் நிறுத்த முடியாமல் இருமிக்கொண்டே இருந்தார்.

வைத்தியர் ஒரு பச்சிலைச் சாற்றினை அவருக்குக் குடிக்கக் கொடுத்தார். அது துளசி மற்றும் தூதுவளையின் மணமும்... கசப்புமாய் இருந்தது.

வைத்தியர் மருதநாயகத்திடம், ''தப்பா ஒண்ணும் நெனச்சாண்டாம்... இப்படி செமைக்கும்போ... கொட்டயோ... வயத்துக்குள்ளக் கெயறிப் போயிரும். அதாக்கும் நா பாத்தேங்... சரக்கு நல்லாதாங் கெடக்குவு...'' என்று கூறியவர் மெதுவாக மருதநாயகத்திடம் கேட்டார், ''கண்டமானம் வாணம் விடுமோ?... இந்த வயசுலே அதெல்லாங் சர்வ சாதாரணந்தாங்... எண்ணாலுங்... கொஞ்சங் கொறச்சணுங் கேட்டேளா,'' என்றார். மருதநாயகம் பிள்ளை எதுவும் சொல்லாமல் நின்றார்.

வைத்தியர் மருதநாயகத்திடம் கோமணத்தையும், வேட்டியையும் கட்டிக் கொள்ளச் சொன்னார். அவர் கட்டிக் கொண்டிருக்கும் போது வைத்தியர் கேட்டார்,''எத்தன குட்டியளத் தள்ளிருக்கும் இது வர?'

மருதநாயகம் பிள்ளைக்கு இக் கேள்வி எரிச்சலையும், கோபத்தையும், வெட்கத்தையும் உண்டாக்கியது. அவர், ''ஒம்ம... ஒம்மச் சோலியப் பாரும்... வேய்... நாங் ஒத்தக் குட்டியள இதுவர

தொட்டதில்ல பாத்துக்கிடும்... வெறுதே... அதுங் இதுங் சொல்லாண்டாங்... ,'' என்றார்.

வைத்தியர்... இது கேட்டுச் சிரித்தார்,''வெள்ளைக்காரத் தொரைக்க கையிலேருந்து தங்க மெடலு வாண்டுனவனாக்கும் இந்த மைலாடி வைத்தியன். நமக்கிட்டே... ஏமாத்தலாம் எண்ணு நெனச்சாண்டம்... இருவது எங்கிலும் கேறிட்டுண்டு'',... என்று சொல்லி மருதநாயகத்தின் முகத்தையேப் பார்த்தபடி நின்றார் அவர்.

மருதநாயகம் பிள்ளை எதுவுமே சொல்லாமல் வெட்கத்துடன் அசட்டுச் சிரிப்பு சிரித்தார். ''ஐயா கிட்ட சொல்லிப் போடாதயும்,'' என்றார்.

வைத்தியர் நமட்டு சிரிப்பு சிரித்தபடி 'சரி' என்பதாய் தலையசைத்து, அவரை அழைத்துக் கொண்டு முன்னறைக்கு வந்தார்.

வைத்தியர் மருதநாயகம் பிள்ளையின் அப்பாவைப் பார்த்து,''எல்லாங் சரியாக்கிப் போடலாங்... நாங் குடுக்கப் போற மருந்தக் குடிச்சதுக்கு நல்ல மன ஒறப்பு வேணும்... சின்னவருக்க மன ஒறப்பு எப்படி?,'' என்று கேட்டார்.

அதற்கு அவர்,''என்ன வைத்தியரே... பயலுக்கு வாயிலே எனத்தப் பீயக் கலக்கியா ஊத்தப் போறிரு?... என்ன எளவாங் கசப்பு கஷாயத்தையும், எண்ணயயுங் குடுப்பீரு... அதெல்லாங் குடிச்சிப் போடுவாங்... பய... யமகாதகனாக்கும்,'' என்றார்.

'இது கசக்க கூடிய சாமானமில்ல... ஆனா நாறுங்.. கொமட்டுங்... எலைக்குங்... ஆனா துப்பீரவோ, கக்கீர

வோப்பிடாது... மூச்சியப் பிடிச்சுக்கிட்டு குடிசிப் போடணுங், சவங்... குடிச்சு ஒரு மணிக்கூறு வர எதுக்களிச்சுக்கிட்டு வருங்... பிராலு வாட அடிக்குங்... குடிச்சு முடிச்சதுங் ஒரு துண்டு இஞ்சியக் கடிச்சி சாத்த ஏறக்கணுங்... அப்பிடி நாப்பத்தொண்ணு நாளு... வெறுங் சைவச்சாப்பாடுதாங் சாப்பிடணுங்... காட்டு நெல்லிக்காய அடிக்கடிப் பச்சையாத் திங்கணுங்... நாப்பத்தொண்ணு நாளு குடிச்சிப் போட்டா... இந்த செம்மத்துக்கு மட்டுமில்லே, அடுத்த செம்மத்துக்கும்... எளவு வரட்டுச் செமைங்கதே வராது பாத்துக்கிடுங்,'' என்றார் வைத்தியர்.

''அடுத்த செம்மத்துக்கக் கத எல்லாங் அப்போப் பாத்துக்கிடலாங்... நீரு மருந்து என்ன எளவு... அதச் சொல்லும்,'' என்று மருதநாயகத்தின் அப்பா வைத்தியரைப் பார்த்துக் கேட்டார்.

மருதநாயகம் பிள்ளை வைத்தியர் சொல்லப் போகும் மருந்து என்னவாக இருக்குமோ என்று சிந்தித்தபடியே பேய் முழி முழித்துக் கொண்டிருந்தார்.

3

வைத்தியர் சொல்ல ஆரம்பித்தார், ''தெவசமுங் காலைலே வெறும் வயத்திலே பதினெட்டு வயல் நண்டுவள உசிரோட ஒரலிலப் போட்டுப் பூணிலாத்த ஒலக்க வச்சி நல்ல இடிச்சணும்... நண்டுவோ குஞ்சாவுங் இருக்கப்பிடாது, முத்திக் கௌடானதாட்டுங் இருக்கப்பிடாது... எடத்தரமா இருக்கணுங்... அதாயிது... எளசா இருக்கணுங்... நண்டுவோ தெனமுங் அதிராவிலப் பிடிச்சதாயிற்று இருக்கணுங்... யாமுண்ணாக்கி... ரா முழுக்க வயலிலே திண்ணு, திண்ணது செரிக்கியதுகாச் சுட்டி அதுவளுக்கு வயத்திலே ஒரு சொரப்பு வரும், அந்த சாதனமாக்குங் இந்த செமைக்கி செரியான மருந்து பாத்துக்கிடுங்...

பதினெட்டு நண்டுவள இடிசிப் பிழிஞ்சா அர தம்ளாறு சாறு வருங்... நண்டுவள இடிச்சதுக்கு முன்னாலே நல்ல தண்ணியில அர மணிக்கூர் போடணுங்... பின்ன இடிச்சு சாறு எடுத்துக் குடிச்சணுங்... சவம் பிராலு வாட அடிச்சும்... கண்ண மூடிற்று குடிச்சுப் போடணுங்... எடேலே செம நின்னுப் போச்சுண்ணு நிறுத்தப்பிடாது... தொடந்து நாப்பத்தொரு நாளு குடிச்சே ஆவணுங்... பின்ன இந்த மைலாடி வைத்தியனுக்கு... ஏமாங் சொர்ணத்திலயாக்குங்... அரஞாணம் செய்து போடும்... ஹி ஹி,'' என்று சொல்லி வைத்தியர் சிரித்தார். மருதநாயகம் பிள்ளை முகம் சுருக்கி அருவருப்பாய் வைத்தியரைப் பார்த்தார்.

மருதநாயகத்தின் அப்பா வைத்தியரிடம், ''ஓமக்கு இடுப்புக்கு அரஞாணம் போடணுமா... சாதனத்துக்குப் பூணு போடணுமான்னு பின்ன யோசிக்கலாங்... பயலுக்கத் தீனம் ஒண்ணு மாறிக் கெடச்சாப் போருங்,'' என்றார்.

மருதநாயகம் பிள்ளைக்கு குமட்டிக் கொண்டு வந்தது... ''வேய்... வேற மருந்துவோ ஒண்ணும்... இல்லியா இந்தத் தீனத்துக்கு? சவத்து... நண்டுவள இடிச்சி பச்சையா எப்படி குடிக்கது?'' என்று கேட்டார்.

அதற்கு வைத்தியர், ''செல நோய்களுக்கு மருந்துவோ செரமமா... கொமட்டலாத்தாங் இருக்குங்... ஆனா அது மட்டுதாங் மருந்தாயிட்டு இருக்கும்போ என்ன செய்ய ஒக்கும்?,'' என்றார்.

அன்று வில் வண்டியில் திரும்பி வரும்போது, மருதநாயகம் பிள்ளையின் அப்பா அவரது அந்தரங்க உதவியாளும், மெய் காப்பாளனும், இப்பொழுது வில் வண்டியை ஒட்டி வருபவனுமாகிய முத்துக்கறுப்பனிடம் விஷயத்தைச் சொன்னார்.

''ஏமாங்... அதுக்கென்ன? தெனமுங் காலேலே பதினெட்டு எளாங் நண்டுவோ வேணும் அம்புட்டு தாலா? எம்பய... தெனமுங் வயகாட்டுல இருந்து எம்புடு நண்டுவளப் பிடிச்சி சுட்டுத் தின்னுகாங்... ஒரு வார்த்த சொல்லிட்டாப் போருங்... பய தீயா நிப்பாங்... பத்து வயசுதாங் ஆவுகு... பயலுக்க சொடி சொல்லி மாளாது பாத்துக்கிடுங், ஏமாங்... தெனமுங் காலேலே வயலுக்கு அனுப்பி பிடிச்சுக் கொண்டு வந்து இடிச்சி சின்ன ஏமானுக்கு சாறு எடுத்துக் குடுக்கச் சொல்லியங்... இது சள்ளுக் காரியமில்லா... இதுக்கா ஏமாங் இம்புடு யோசிச்சது?,'' என்றான்.

மறுநாள் காலை நேரம் மெல்ல விடிந்து கொண்டிருந்தது... ஏதோ ஒரு பறவை முதல் சப்தத்தை எழுப்பியதைத் தொடர்ந்து பல பறவைகளும் தூக்கம் கலைந்து குரலெழுப்பின... இரை தேட அவை புறப்பட்டன.

மருதநாயகம் பிள்ளை இந்த விடியலின் சுகமான அனுபவத்தை உள்வாங்க முடியாது இருமியபடியே மாடியில் நின்று விரிந்து கிடந்த தேரோடும் வீதியை வெறித்துக் கொண்டிருந்தார். தூரத்தில் தெருவில் ஒரு சிறுவன் கமுகம் பாளையில் எதையோ தூக்கி வந்து கொண்டிருந்தான்.

அச்சிறுவன் நேராக இவர் வீட்டுப் படிகளில் ஏறினான். இடுப்பில் ஒரு அழுக்குத் துண்டு மட்டுமே கட்டியிருந்தான்..

மருதநாயகம் பிள்ளை வேகமாகப் படிகளில் ஏறி வரும் அச்சிறுவனைப் பார்த்து, ''லேய்... எவம்லே அது... என்னலே... வேணுங்... பெரிய தொர கணக்கா வீட்டுக்ககத்தே கேறி வாறே... யார்லே நீ...?,'' என்று சத்தமாகக் கேட்டார். அதற்கு மேல் பேசமுடியாத படிக்கு இருமல் அவரைப் பிடித்துக் கொண்டது.

''ஞாய்ங்... நாய்ங்... முத்துக்கறுப்பனுக்க மோனாக்குங்... ஏமானுக்காச் சுட்டி ஞண்டு கொண்டாந்திருக்கேங்... எல்லாங்... உசிரோடக் கெடக்குவு..,'' என்றபடியே தன் கையில் இருந்த பை போல மடக்கிக் கட்டப்பட்டிருந்த கமுகம் பாளையைத் தூக்கிக் காட்டினான்.

அவனை உள்ளே வருமாறு சைகை செய்துவிட்டு மருதநாயகம் பிள்ளை மெதுவாய் மாடியில் இருந்து கீழே இறங்கி வந்தார்.

அச் சிறுவனை மருதநாயகம் கூர்ந்து பார்த்துக் கொண்டிருந்தார், அவனின் கையில் இருந்தக் கமுகம் பாளைக்குள் கரபுற... கரபுறவென்று நகத்தால் பிராண்டுவது போன்ற சப்தமும் தொப் தொப் என்று வழுக்கி விழும் சப்தங்களும் கேட்டுக் கொண்டிருந்தது.

மருதநாயகம் பிள்ளை அச்சிறுவனைக் கேட்டார், ''எப்போலேப் பிடிச்சே ?''

இண்ணு... அதி ராவிலே... இருட்டிலே வளைகுள்ள கையெப் போட்டுப் போட்டாக்கும் பிடிச்செங்... சவம் ரெண்டண்ணம் வெரல இடுக்கிப்போட்டு... விட்ருவனா?... ''அமுக்கிப் பிடிச்சுப் போட்டேங்,'' என்றான்.

அச்சிறுவன் கண்களை விரித்தபடி அதீத உடல் அசைவுகளுடன் பேசியது மருதநாயகம் பிள்ளைக்கு சிரிப்பை வரவழைத்தது. அவர் அவனிடம், ''எத்தனலேப் பிடிச்சே..?'' என்றுக் கேட்டார்.

''இருட்டிலே கணக்குப் பாத்தாப் பிடிச்ச ஒக்கும்... கொறைய உண்டும்... முப்பது தெகச்சு,'' என்றான் அவன். லேய் எனக்கு பதினெட்டாக்கும் வேணும்... முப்பது குடிச்சா... நாங் நுரை தள்ளி செத்துப் போயிருவன்டேய்...,'' என்றார் சிரித்தபடியே.

அதற்கு அவன்,'எனக்க அப்பனாக்கும் சொன்னாவ... சின்ன ஏமாங் குடிச்சதுக்கு அறச்சா... மிச்சத்த இடிச்சி நீ குடிச்சுப் போடுலே... சவம் ஒனக்கு, ஒண்ணும் ஆவல்லேண்ணு பாத்து பொறவு அவரு குடிச்சட்டும்', அதுகொண்டாக்கும் கெடச்சதெல்லாம் பிடிச்செங்,'' என்றான்.

“ஓஹோ... அப்போ நீ பத்துப் பன்னெண்ட மொதல்ல இடிச்சிக் குடி... பொறவு நாங் குடிக்கேங்... ஆமா... எனக்கு இருமுகு, வேற வழியத்துப் போய் இந்த சவத்தக் குடிக்கணும்... ஒனக்கு என்னலே நீக்கம்பு... சும்மா இருக்கப்பட்ட பயலுக்கு மருந்து எதுக்குலே?,” என்று அவனைக் கேட்டார்.

அதற்கு அவன்,”வந்தப் பொறவு குடிச்சதுங்காட்டி... வாறதுக்கு முன்னமே குடிச்சது நல்லதில்லா... மட்டுமில்ல... ஏமானுக்கு ஞண்டு குடிச்ச கூட்டுங் கெடைச்சுமுல்லா?,” என்றான்.

மருதநாயகம் பிள்ளை இருமிக்கொண்டே சிரித்தார். அவனிடம்,“வெடிச் சுட்டியா இருக்கியேலே... ஓம் பேரென்னலே?,” என்று கேட்டார். அதற்கு அவன் சத்தமாய்க் ‘கக்கோடங்... ’என்றான்.

அன்று முதல் கக்கோடன் மருதநாயகம் பிள்ளையின் அன்பையும், நம்பிக்கையையும் பெற்றவனானான். அவனுக்கு கல்யாணம் ஆவதுவரை மருதநாயகத்தின் வீட்டு வராந்தாவும், வெளிப்புரைத் திண்ணையும் மாறி மாறி அவன் தூங்கும் இடமாக இருந்தது...

வீட்டு வேலைகள், வெளி வேலைகள் என்று சகலமும் இழுத்துப் போட்டு சுத்தமாகச் செய்து முடிப்பான். மருதநாயகம் பிள்ளையின் குறிப்பறிந்த செயலன் அவன்.

4

மருதநாயகம் பிள்ளையின் வீட்டில் மீந்து போகும் எல்லாமும் கக்கோடனுக்கேப் போகும். அதனைத் தின்றே வளமாக வளர்ந்திருந்தான்.

சில வித்தைகளும் அங்கங்கே சென்று கற்றிருந்தான், நன்றாக சிலம்பம் சுற்றுவான், சில அடிதடி இடி முறையும், நாட்டு மருத்துவம், சுளுக்கு நீவல் என்று பல சங்கதிகளும் அவனுக்குத் தெரியும். மருதநாயகம் பிள்ளையின் நம்பிக்கைக்குரிய மெய் காப்பாளனும் அவன் தான்.

கொட்டாரம் சரஸ்வதி அம்மன் கோவிலில் இருந்து, பூஜைக்காக சரஸ்வதியின் திருவிக்ரகத்தை திருவனந்தபுரம் பத்மநாப சுவாமி கோவிலுக்கு வருடா வருடம் கொண்டு சென்று பத்து நாட்கள் பூஜையில் வைத்து மீண்டும் கொண்டு வருவார்கள்.

இது ராஜ பரம்பரையின் வழக்கமாக இருந்தது. அதற்காக நான்கு யானைகள் முந்தய நாளே வரும். அந்த யானைகளை ராமசாமி கோவிலின் சுற்றுப் புறங்களில் கட்டி வைப்பார்கள்.

அங்கிருக்கும் தென்னை மரங்களிலிருந்தும், பலர் வீட்டு தென்னையிலிருந்தும் அவற்றிற்கு தென்னை ஓலைகளும், தேங்காய்களும் கொடுப்பார்கள். பலர் பழக் குலைகளையும் கொடுப்பார்கள்.

யானைகள் அவற்றை தின்று, பிண்டமிட்டுக் கொண்டும், பெருங் குழலில் நீர் கொட்டுவது போன்று மூத்திரம் பெய்து கொண்டும் நிற்கும்.

கக்கோடன் தாழ்ந்த ஜாதிக்காரனென்று, அவனை கோவிலினுள் அனுமதிப்பதில்லை. ஆனால் அவன் யானைகளுக்காக கொண்டுவரும் பழக்குலைகள், தேங்காய்கள் போன்றவற்றை பாகன்கள் கோவிலின் வெளியே வைத்தே வாங்கி கொண்டு அவனை அனுப்பி விடுவார்கள்.

யானைகள் ராமசாமி கோவிலுக்கு போகவேண்டுமானால் மருதநாயகம் பிள்ளையின் வீட்டு வழியாகத்தான் போயாக வேண்டும். அப்பொழுது, மருதநாயகம் பிள்ளையின் வீட்டு மாமரத்திலேறி அமர்ந்து கக்கோடன் யானைகளை ஆசையாய் பார்ப்பான்.

யானைகளின் கம்பீரமான நடையும், காதுகளை முறங்களைப் போல அவை வீசுவதும், துதிக்கையால் தென்னம் ஓலைகளை லாவகமாக சுருட்டி வாய்க்குள் நுழைப்பதும் இவனுக்கு எப்பொழுது பார்ப்பினும் ஆச்சர்யம் தான்.

அன்றும் யானைகள் போவதை கண் இமைக்காமல் பார்த்துக் கொண்டிருந்தான், பிறகு மரம் விட்டுக் கீழிறங்கி மரத்து மூட்டிலேயே அமர்ந்தான், அன்று அவனுக்கு பெரிய வேலைகள் எதுவும் இருக்கவில்லை. நுள்ளியம்மை தொலித்துத் தர சொன்ன தேங்காய்களை ஏற்கனவே தொலித்து, விறகுகளைக் கீறி, கருவேப்பிலை, முருங்கை காய்கள் பறித்துக் கொடுத்து அடுத்த வேலைக்காக காத்திருக்கும் போது தான் யானைகளை பார்த்தான்.

அது முதல் அவனுக்கு ஒரு சந்தேகம் வந்தது. அவன் தீவிர யோசனையில் இருந்தான்.

மாடியில் இருந்து மருதநாயகம் பிள்ளை கீழே வரும் ஓசை கேட்டது. மரப் படிகள் சப்தித்தன. வழக்கம் போலவே முன்புறமும், பின்புறமும் நீண்டு தொங்கும் தன் கோமணத்தின் முனைகளை முன்னொரு கையும், பின்னொரு கையும் கொண்டு இழுத்து விட்டபடி அவர் கீழே வந்தார்.

கக்கோடனைப் பார்த்து,''லே... கக்கோடா...என்னலே... வாத அடிச்சவனைப் போல முளிச்சிட்டு, எங்கயோ பாத்துட்டு இருக்க...,'' என்று கேட்டார்.

''ஒரு சம்சயம் ஏமானே... இம்புடு வலிய ஆனைகள பிடிச்சி, எடத்தோட்டு யான...வலத்தோட்டு யானேன்னு... ஆனப் பாப்பம்மாரு சொல்லும்போ அதுவோ பட்டிக்குட்டி போல கேக்குதே...அதுவளுக்கு எம்புட்டு பெலம்... இதெல்லாம் எப்படி...? இந்த ஆனைகள எப்படியாக்கும் பிடிச்சுவானுவ?,'' இதையாக்கும் யோசிச்சிகிட்டு கெடக்கேன்,'' என்றான் கக்கோடன்.

''கண்டுபிடிச்சியா... இல்லையா?,'' என்று கேட்டார் மருதநாயகம்.

இல்லை என்பதாய் தலை அசைத்தான் கக்கோடன்மதொடர்ந்து அவனே, ''புலி, கடுவா, நரி பிடிக்கியது போல இதுவள பொறிவச்சி பிடிக்க ஒக்காது...இதுவளுக்க அளவில பொறி செய்யணுமுண்னா... மனியங் சாவத்தாங் வேணும்... பின்ன எப்பிடியாக்கும் பிடிச்சுக்கானுவோ... ஏமானுக்கு தெரியுமா?,'' என்று கேட்டான்.

மருதநாயகம் பிள்ளை அவனிடம், ‘‘லே... யானையோ திரியக் காட்டுல, பெரிய குழிவெட்டி அதுக்கு மேல மொள கம்புகள அடுக்கி, அதுக்கு மேல இலையுங், கொளையும் எல்லாம் போட்டு, குழி தெரியாத்த மேனிக்கி மூடி வைப்பானுவோ... யான குழி இருக்கது தெரியாம கால் வைக்கும்... தொப்புண்ணு குழில விழுந்திரும். பின்ன ஒரு ரெண்டு நாளைக்கு பெறவு பழக்கின யானைகள கொண்டுபோய், இத குழிலேருந்து வெளிய எடுத்துப் பழக்கிப் போடுவானுவோ,’’ என்றார்.

இதனைக் கேட்ட கக்கோடன் உடனே, ‘‘ஏமாங் சொல்லுகது ஒள்ளதுண்னே வெச்சிக்கிடுவோம். ஆனா மொத மொதல்ல ஒரு ஆனைய எப்படி பிடிச்சிருப்பானுவோ? அத பிடிச்ச பழக்குன ஆனையோ இருந்திருக்காதில்லா? அப்போ எப்படி பிடிச்சானுவோ?’’ என்று அறிவுப்பூர்வமான கேள்வியைக் கேட்டான்.

மருதநாயகம் பிள்ளை சற்றே அதிர்ந்தார், ‘‘தாயோளி ஒனக்கு வேற வேல மயிரு இல்லையா? போ... போ... சரக்கோணம் தோப்பில பாக்கு எல்லாம் பழுத்திருக்கும், வேலப்பனையும் கூட்டிற்று சாக்கு எடுத்திற்றுப் போய் பறிச்சு கொண்டு வா... இங்ஙண கெடந்து இப்பிடி யான பிடிக்கதும், பூன பிடிக்கதும் பத்தி யோசிக்காம போலெ... ’’,என்று துரத்தினார்.

அவன் போன பின்பு அவர் அவனின் நையாண்டி பேச்சினை நினைத்து சிரித்தார்...

விக்கிரம நாயரின் மனைவிக்கு பின்புறம் பெரிதாகத் தள்ளி, அவள் நடக்கும் போது யானையின் பின்புறம் போல அசைவதைக் கண்டக் கக்கோடன் மருதநாயகத்திடம் ஒரு

நாள், "ஏமானே... கல்யாண சமயத்திலே... கிளி போல இருந்தப் பெண்ணாக்கும்... அத... இந்த விக்கிரம நாயரு கதகளிப் போல ஆக்கிப்போட்டேரு'', என்றான்.

அதைக் கேட்டு மருதநாயகம் பிள்ளை விழுந்து விழுந்து சிரித்தார். இப்பொழுதும் அவளைக் காணும் போதெல்லாம் அவருக்கு கக்கோடனின் வசனம் நினைவு வந்து சிரிப்பார்.

மருதநாயகம் பிள்ளை கக்கோடனைப் பற்றிய நினைவுகளிலிருந்து மீண்டார். அடுத்து கடுவா மூர்த்தியா பிள்ளையைப் பற்றி நினைக்கலானார்.

5

'கடுவா மூர்த்தியா பிள்ளைக்கும் நம்ம சங்கதியெல்லாம் தெரியும்..அவனும் சொல்லமாட்டான்... ஏமுண்ணா அவங் கதைய நானோ, கக்கோடனோ... ஊரு முழுக்க சொல்லிப் போடுவமொண்ணு பயம்.

அந்தப் பயலுக்கு 'கடுவா மூர்த்தியா பிள்ளைன்னு'எப்படி பேரு வந்து?... நா ஊரில இல்ல... கோழிக்கோடு போயிருந்தேங்... இவங் ஒரு பெரிய கதைய அவுத்து உட்டுட்டாங்... இவங் கொல்லைக்குப் போயிட்டு கழுவப் பட்டாணி கொளத்துல எறங்கியிருக்காங்... அதும் மாட்டு கடவுல... இவங் கொளத்துல இருந்து கரையப் பாத்து இருந்து கழுவையில... எதுத்தாப்புல தோப்புக்குள்ள இருந்து அந்த எளவு கடுவா எதாவது மாடு கீடு கெடைக்குமான்னு கொளக்கரைக்கு ஏறி வந்திருக்கு...

இவங் குண்டி கழுவிட்டு எந்திரிக்கப் போகயில பாத்துட்டாங்... ஒரு பய இல்லாத சாயங்கால நேரம்...

கோமணம் தோளிலக் கெடக்கு... இவங் கொஞ்சம் அசைஞ்சாலும்... அது உறுமிச்சாம்... மொட்டக் குண்டிய தண்ணியில வச்சிட்டு எவளவு நேரம் இருக்கது?... அந்த மயிரும் போறப்பாடு இல்ல... கொளத்துத் தணுப்பு குண்டியோடையும், காலோடையும் ஏற...

வேற நிமர்த்தி இல்லாம இவங் ஒரே தாவாத் தாவி கடுவாய்க்க கழுத்தப் பிடிச்சிருக்கான்... எளவு சரியான கடுவால்லா... வலது கையால ஓங்கி ஒண்ணு... மூஞ்சிலப் போட்டிருக்கு... சொள்ளமாட சா... மீ... ண்ணு அலறிட்டு தெறிச்சிப் போய் கொளத்துல விளுந்துருக்காங்... இவம் போட்ட சத்தத்திலேயும், தொபக்கடிர்ண்ணு கொளத்துல விளுந்ததிலையும்... கடுவா பயந்து ஓடியேப் போச்சாம்... இவங் கடுவாக்கிட்ட வாங்கினது வீர அடியாம்... பேரெடுத்துப் போட்டாங் பய... இவஞ் சொன்ன கத இப்படி...

ஆனா வேளிமலையிலப் போயி வடிச்ச சாராயம் குடிச்சிக்கிட்டு... சுட்ட கெளங்கும் அரச்ச காந்தாரி மொளகும் வாழ எலைல வச்சி தின்னுக்கிட்டே தள்ளாடித் தள்ளாடி வரையில... நாலஞ்சி கொரங்குவோ... கெளங்கப் பறிக்க அவனக் கீளத் தள்ளிப்போட்டு மொகத்துல பறண்டி, நெஞ்சிலக் கடிச்சிட்டு ஓடுனத...வெறகுவெட்டி பயலுவோ பாத்துப் போட்டானுவோ...

இவங் அவனுவள்ட்ட,'டேய்...யாருக்கிட்டையும் சொல்லிப் போடாதிங்கோ நாளைக்கி வீட்டுக்கு வாங்கடே... ஆளுக்கு பத்து தேங்கியா தாரேண்ணு, சொல்லி அமுக்குனது எனக்குத் தெரியும்... வெறகு வெட்டிமாருட்ட இருந்து இந்த உண்ணமயக் கறக்கதுக்கு, நாங் ஆளுக்கு பதினஞ்சு தேங்கியா குடுத்தெங்...அதோட விட்டானா? 'அது கடுவா அடிச்சப் புண்ணாக்கும்ணு கெளப்பிப் போட்டாங்...

அண்ணையில இருந்து 'கடுவா மூர்த்தியா பிள்ளண்ணு' இவனே பேரும் வச்சிக்கிட்டாங்... நாங் கோழிகோடுக்குப்

போவயில வெறும் மூர்த்தியா பிள்ளையா திரிஞ்ச பய, நாங் வரையில கடுவா மூர்த்தியா பிள்ளையா மாறிட்டான்.

நமக்கு வாச்ச சரியான கூட்டாளிதான்... தாயளி... புலி சுடக் கூப்பிட்டா வருவானா... அந்த மேனிக்கு பறஞ்சிருவானா?... தம்புரானுக்க வாக்கு... அதனால வருவான்... ' மருதநாயகம் பிள்ளை இப்படி எல்லாம் எண்ணிக்கொண்டிருந்தார்.

கக்கோடனும், கடுவாவும் வீட்டு முற்றத்துள் நுழைந்தனர்...

துப்பாக்கியும் கையுமாய் கோமணத்துடன் இருக்கும் மருதநாயகம் பிள்ளையைப் பார்த்த கடுவா சிரித்துக் கொண்டே... , ''துப்பாக்கி வச்சிக்கிட்டு சொள்ளமாடன்... இருக்கது போலேலா இருக்கு... இப்பமே தயாரெடுப்பில எறங்கியாச்சா? பாத்தா... எளவு பத்து புலியளச் சுட்டுத் தள்ளிருவேரு போலெல்ல இருக்கு,'' என்றார்.

''நீ போடே... இந்த எளவத் தூக்கதுக்கே பெருங் கஷ்டம்... இதையும் தோளிலப் போட்டுக்கிட்டு, கீரிப்பாற காட்டுக்குள்ள அந்த சவத்துப் பயலுவோ எம்புட்டு தூரம் அலைய வைக்கப் போறானுவளோ?... ராசா சொன்னா தட்டவும் முடியாது... தடவவும் முடியாது... என்ன எளவச் செய்யச் சொல்லுகீரு?'' என்று கடுவா மூர்த்தியா பிள்ளையைப் பார்த்துக் கேட்டார் மருதநாயகம் பிள்ளை.

கடுவா தொண்டையைச் செருமிக்கொண்டு, ''போவோம்... அவனுவ பொறவாலே போவம்... அவனுவோ... அதில அந்த ரிங்கோ இருக்கானே... செரியானவங்... நல்ல சுடுவாங்... நம்ம ஆளுகள எத்தனப் பேர அவங் குறி தப்பாம சுட்டிருக்காங்?...

அவனுக்கு புலியோ ஒரு காரியமே கெடயாது... சுடுகது அவனுவோ... ஆனா பேர நாமோ அடிச்சுப் போடணும்... நாங் வாரதுன்னு முடிவு கெட்டியாச்சு..,''என்றார்.

''ஆமா... இவரு வரமாட்டேன்னு சொன்னேருண்ணா, தொரமாரும்,ராசாவும் சேந்து மொத்த சொத்தையும் புடுங்கிப் போடுவானுவோண்ணுத் தெரியும்... பொறவு... கடுவா மூர்த்தியா பிள்ள, பிச்சாண்டி மூர்த்தியா பிள்ளயாத் திரியணும்,'' என்று சொல்லிவிட்டு மருதநாயகம் பிள்ளை வாய் விட்டுச் சிரித்தபடி தன் பருத்த தொப்பையை ஒரு தட்டு தட்டினார், அது சிறிது ஆடி அடங்கியது.

''லேய்... கக்கோடா... அந்த மடக்குக் கசேரைய எடுத்து கடுவாக்குப் போடுலே... அங்ஙத்த இருக்கட்டும்... இன்னா... இந்த துப்பாக்கியை மேல கொண்டு வச்சிரு'' என்று சொல்லி துப்பாக்கியை கக்கோடனிடம் கொடுத்தார்.

கக்கோடன், துப்பாக்கியை கொண்டு போய் மாடியில் வைத்துவிட்டு, ஓடிப் போய் மடக்கு நாற்காலியை எடுத்து வந்துப் போட, கடுவா அதில் அமர்ந்தார். கக்கோடன் ஓரமாய் கை கட்டி நின்று கொண்டிருந்தான்.

நுள்ளியம்மை ஒரு கிண்ணத்தில் நல்லெண்ணெய் எடுத்துக் கொண்டு வந்து கக்கோடனிடம் கொடுத்தாள்.

நுள்ளியம்மையைப் பார்த்துக் கடுவா கேட்டார், ''மயினி... இண்ணு என்ன சாப்பாடு?,'' நுள்ளியம்மை சிரித்துக் கொண்டேச் சொன்னாள்..,''மொச்சக் கொட்டத் தீயலு, வாழப் பூ தொவரங், சாள மீனு பொரிச்சது... கொழுந்தன் சாப்பிட்டுத் தாங் போவணும்,'' என்று சொல்லிவிட்டுத் திரும்பப் போனவள்,

மருதநாயகத்தை நோக்கிச் சென்று அவர் காதருகேக் குனிந்து சொன்னாள், ''கோமணத்த ஒழுங்கா கெட்டணும்... எல்லாந் தெரியி... .''

மருதநாயகம் பிள்ளை தன் கோமணத்தை இறுக்கினார், அவளிடம், ''யே புள்ள..ஒனக்குத் தெரியுமா?... நாளக்களிச்சி... அதிராவிலே நாங்கோ தொரமாரோட புலி வேட்டைக்குப் போறோம்... எங்க கேட்டியா?... கீரிப்பாறைக்காக்கும்,'' என்றார்.

நுள்ளியம்மை ஒரு பாவனையும் காட்டவில்லை, ''என்ன சாப்பாடு கெட்டணும்? ஒங்க மூணு பேருக்கும் தாலா? புளியோதர கெட்டினாப் போருமா?... தொரமாருவோ பன்னு,ரொட்டின்னு திண்ணுப் போவாங்கோ... உங்களுக்கு அது ரசிக்காதில்லா?,''என்றாள்.

''நீ ஒரு ஏழு நேரத்துக்கு மூணு பேருக்குமா... புளியோதர கெட்டு..தனித்தனி பொதியாட்டு வேணும்...மொத்தமா இருவத்தியொண்ணு பொதிகோ... மூணு நாளைக்கு தாங்கணும்... கெட்டிரப்பிடாது, புளியோதரை செய்து நல்லா ஆற வெச்சி, தேக்கிலையில தனித்தனியா கெட்டு, மாங்கா ஊறுகாயும், மோர்மொளகும் வறுத்து... தனித் தனியா ஒரு பாத்திரத்திலப் போட்டு வை... பின்ன மொளகுப்பொடி, மஞ்சப்பொடி, உப்பு, கொத்தமல்லிப்பொடி எல்லாம் தனித்தனி பாத்திரத்தில கொஞ்சங் கொஞ்சம் வை. மிச்சம் அங்கப் போய்ப் பாத்துக்கிடலாம்,'' என்றார் மருதநாயகம் பிள்ளை.

''மூணு நாளைக்கு வெறும் புளியோதரைய சாப்பிட்டுட்டா கெடப்பியோ? ஒரு நாப்பதம்பது ரொட்டியளும் சுட்டு, தேங்காபோடாம வறுத்தரச்ச சம்மந்தியும் செய்து தாரேங்...

ஊசிப்போவாது, கூடுதலா இருந்தா குத்தமில்லயே... கொறஞ்சா பட்டினில்லா கெடக்கணும்,'' என்று சொன்னாள் நுள்ளியம்மை.

கடுவா, ''மைனி... நெல்லிக்கா அச்சாறும் வைக்கணும்,'' என்றார். கக்கோடன் காந்தாரி மிளகாய் பறித்து வைத்துக் கொள்ள வேண்டும் என்று நினைத்துக் கொண்டான்.

நுள்ளியம்மை சரியென்று தலையாட்டிவிட்டுத் திரும்பிப் போனாள். அவள் மனதுள் நினைத்துக் கொண்டாள், ''வாய் சவடாலுக்கு ஒரு கொறச்சலும் இல்ல... கோமணத்த ஒழுங்கா கெட்டாம எல்லாத்தையும் காட்டிக்கிட்டு... ஒரு மரப் பட்டியைக் கூட சுட்டது கிடையாது..புலியைச் சுடப் போறாராங்... ஓயாம வீட்டுத் தகரத்தில ராத்திரியானா மரப் பட்டிகோ ஓடிட்டுத் திரியி... தொம்மு, தொம்முன்னு சாடுகு... ஒறங்க நிமர்த்தி இல்ல... அதுகளச் சுட்டுக் கொல்லச் சொன்னா... கமுந்தடிச்சிப் படுத்துக்கிடுகாரு... துப்பாக்கியும்... வாயும்தான் பெரிசு... என்ன எளவாங் செய்யட்டும்...''

அவள் உள்ளேப் போனதும் கக்கோடன் தன் கை நிறைய நல்லெண்ணெய் ஊற்றி மருதநாயகத்தின் தலையில் தப்பளம் போட்டான்.

6

''டேய் கடுவா... இந்தத் தொரமாருவோ அடிக்கடி... ஃபக்கின், ஃபக்கின் அப்பிடின்னு சொல்லுகானுவல்லா... அதுக்கு என்ன அர்த்தம்டே... என்னப் பாத்து அடிக்கடி சொல்லுகானுவ... போன தடவ இந்த ரிங்கோவ, நான் டிலன்னோய் கோட்டைலப் பாத்தப்போ... நாலஞ்சுத் தடவ சொன்னான் பாத்துக்கோ..,''கடுவாவைக் கேட்டார் மருதநாயகம் பிள்ளை.

''அது ஒண்ணுமில்ல ஓய்... அவனுவோ கொஞ்சம் தமிழ் படிக்கானுவோ... ஒம்ம மீசையப் பாத்தா அவனுவளுக்கு பக்குன்னு இருக்கு அதத்தாங்... அப்பிடிச் சொல்லுகானுவோ,'' என்றார் கடுவா.

''அப்பிடியா சங்கதி?... நாளக்கி கொட்டாரதுக்குப் போகயிலே நல்ல நெய் தேய்ச்சு..இன்னும் முறிக்கிற்று போவணும்..எத்தன 'ஃபக்கின்'சொல்லுகானுவப் பாப்போம்..''என்றபடியே தன் மீசையை மீண்டும் முறிக்கிக்கொண்டார்...

''ஓய்... மொச்சைக் கொட்டத் தீயலு வாசனைத் தூக்குகு... கொறச்சுத் திண்ணும்... நாளக்கி ராசாவப் பாக்கப் போவில... குசுவா வந்து தொலச்சிரும்... '', கடுவா சொல்லி பயங்கரமாய் சிரித்தார்.

மருதநாயகம் பிள்ளை எண்ணை தேய்க்கப்படும் சுகத்தில் லயித்திருந்தார். கடுவா கேட்டார்,''ஒம்மக்கிட்டே எத்தன

உண்டைகோ இருக்கு? (தோட்டாக்கள்), என்கிட்டே ஆறு உண்டைகோ இருக்கு... நாலண்ணத்தச் சுட்டுப் போட்டேன்,'' என்றார்.

தன் லயிப்பிலிருந்து மீண்ட மருதநாயகம் பிள்ளை கடுவாவிடம்,''என்ன சவத்தச் சுட்டே?... சொல்லவே இல்ல..,'' என்றார்.

''எனத்தய சொல்லுகதுக்கு? வேளி மலைக்கு துப்பாக்கியும் தூக்கிற்றுப் போனேங் பாத்துக்கிடும்... எனத்தயாவது சுட்டுக் கொண்டு வரணும்ணு...'' தொணைக்கு அந்தத் தாயளி 'சாரோட்டு'முத்துக்கருப்பனும் வந்தாங்.. சரக்கோணம் தாண்டி மேல ஏறயிலே ஒரு செரியான மிளா புல்லு தின்னுக்கிட்டு நிண்ணு... பதுங்கிப் பதுங்கிப் பக்கத்திலப் போய்ட்டோங்... ஒரு பத்து அடிதாங்... அந்த எளவு குண்டியைக் காட்டிட்டு நிக்கி... கொஞ்ச நேரம் குறிபாத்து நாங் சுடப் போகையிலே..

இந்த முத்துக்கருப்பங்... மயிராண்டி.., ''ஓய்..ய்.. கொட்டையில சுடும்வேண்ணு..''போட்டாங் ஒரு அவயம், இவம் போட்ட அவயத்துல... நாங் அதுக்க எடது தொடையில வச்சிருந்த குறி மாறிப்போச்சு...

சத்தத்துல சரக்கு எடுத்து பாரும் ஓட்டம்... உண்ட எளவு எங்கப் போச்சுண்ணு தெரியல்ல..அடுத்த உண்டையைப் போட்டு ஓடிக்கிட்டே சுட்டேங்... சரியா அதுக்க முன்னால இருந்த மரத்துலப் பட்டு மரம் ஓட்டயாப் போச்சு... மிளா ஓடிப்போச்சு... வந்த ஆத்திரத்துல அந்தத் தாயளி முத்துக் கருப்பனுக்கச் செள்ளயிலக் குடுத்தேங் ஒண்ணு...

''பொலயாடி மோனே... எனக்கக் கன்னி வேட்டயில மண்ணளிப் போட்டுட்டியேலேண்ணு... ,'' திருப்பியுங் ஒண்ணு குடுக்கப் போவையிலே அவங் சொல்லுகாங்... ,''ஓய் அடிச்சாதிரும்... நீரு அதுக்க தொடயிலயாக்கும் குறி வச்சேரு... தொடையில உண்ட பட்டாலும் அது பாட்டுக்கு வேளிமலைக்க இந்தப் பக்கம் கெயறி அந்தப் பக்கம் வர ஓடும்... ஒம்மளாலே அத ஒரு மயிரும் பிடிச்ச முடியாது... கொட்டையில சுட்டா... சரக்கு அங்ஙண கெடக்கும்... அதுனாலயாக்கும் சொன்னேன்ணாங்.. படுக்காளிப்பய சொன்னதும் சரிதாண்ணு தோணிச்சு,'' என்று கடுவா மூர்த்தியா பிள்ளை சொல்லி முடிக்கவும்மருதநாயகம் பிள்ளை விழுந்து, விழுந்துச் சிரித்தார், கக்கோடன் தன் வயிற்றைப் பிடித்துக் கொண்டு சிரித்தான்.

குளித்து முடித்து துவைத்த கோமணத்தை கட்டிவிட்டு வந்த மருதநாயகம் வெற்றிலை மடித்துப் போட்டுக்கொண்டார், கடுவாவும் வெற்றிலை போட்டார்.

கக்கோடன் இருவரும் வெற்றிலை துப்ப வசதியாக கோளாம்பியுடன் நடுவில் வந்து நின்றான். கக்கோடன் நீட்டிய கோளாம்பியில் வெற்றிலைச் சாற்றை துப்பிவிட்டு மருதநாயகம் பிள்ளை கடுவாவிடம் கேட்டார், ''மிச்சம் ரெண்டு உண்டயோ... எங்கப் போச்சு?,''

அதற்கு கடுவா பதில் சொல்லத் துவங்கும் முன் கக்கோடன் கோளாம்பியை நீட்டினான்.

துப்பிவிட்டு கடுவா சொல்ல ஆரம்பித்தார்...''ஒரு அவயாங் கெடந்து வீட்டில பயங்கர சல்லியம் பாத்துக்கிடும், நம்ம பொஞ்சாதி ஒரே கொறதான்...'' சவத்தக் கொண்ணுப் போடச்

சொன்னா... அவயானக் கொல்ல வெல குடுத்து வாண்டின துப்பாக்கி உண்டைய செலவளிக்கணுமான்னு எம்பாட்டுக்கு இருந்தேங்... ஏளவுடுத்தவளுக்க புறுபுறுப்புத் தாங்க முடியல்ல...

அப்பொதாங்... நம்மோ ‘சாரோட்டு’முத்துக் கருப்பங் வேளி மலைலேருந்து வடிச்ச ஒண்ணாந்தரச் சாராயமும், மொயலுப் பொரியலுங் கொண்டாந்தாங்... அரக் குடுக்கைய குடிச்சதும் பயங்கர வீரம் வந்துட்டு... எடுத்தேங் துப்பாக்கிய...

துப்பாக்கிய சுட்டுப் பாத்தாலையும் ஆச்சு... ஏளவுடுத்தச் சனியன கொண்ணு போட்டாலையும் ஆச்சுன்னுப் போனேங் பொடக்களக்கி... நல்ல நெலவு... பதுங்கி இருந்தேங்... சவம் நல்ல பண்ணிக் குட்டிக்க அளவு இருந்து பாத்துக்கிடும்..

முன்னங் காலால சரப்புற, சரப்புறண்ணு மண்ணு மாந்த தொடங்கிச்சு... எங்குறி அதுக்க நடு மார்ல இருந்து... கெவனமா பாத்துச் சுட்டெங்..

செரியா சவத்துக்க மாறிலப் பட்டு ஒடம்பு ரெண்டு துண்டாப் பொளந்து தனித்தனியா விட்டுட்டுப் பாத்துக்கிடுங்... தலையுங் நெஞ்சுக் கூடும் சேந்து ஒரு துண்டாட்டுங், வயறுங் வாலுங் சேந்து ஒரு துண்டாட்டும்... கொடலு பாதி இதிலையும்... பாதி அதிலயுமாட்டு...

சவத்து மூதி என்ன ஏளவு காரியம் செய்து தெரியுமா? பொடக்களயில இருந்து தலையும், ரெண்டு காலும், மாறுமாட்டு குடு குடுன்னு ரெத்தம் வடிய, வடிய நேரா வீடுக்குள்ள ஓடியாந்துட்டு... ‘‘நம்ம பொஞ்சாதி ஒரே அவயம்... பத்தாயத்துக்க மேல ஏறி நிக்கா... ,’’

இடைமறித்தார் மருதநாயகம் பிள்ளை.. ''ஓய் ஒம்ம பொஞ்சாதினு சொல்லும்... நம்ம பொஞ்சாதிண்ணு சொன்னா... அவ எனக்கும் கொழுந்தி மொறயாக்கும், எசகுபிசகாயிரும்..''சொல்லி மருதநாயகம் பிள்ளை சத்தமாய்ச் சிரித்தார்.

அசட்டு சிரிப்பு சிரித்தபடியே கடுவா மூர்த்தியா பிள்ளைத் தொடர்ந்தார்,...

''அந்த சனியங் சாவாம ஒரு முக்குலப் போய் இருந்துட்டு என்னப் பாத்து வாய 'ஊஹினு'தொறந்துட்டு பல்லக்காட்டுகு... எனக்கு ஈரக்கொல பதறிப் போச்சு பாத்துக்கிடுங்...

அடுத்த உண்டையப் போட்டு தரையோட தரையா இருந்து அதுக்க வாயப் பாத்து துப்பாக்கிய வச்செங்... சவம் பாதி ஒடம்போட ஓடி வந்து துப்பாக்கி கொளாய்க்க வாயக் கடிச்சி வச்சிருக்கு...

''அதுக்கு சாவக் கூடிய வெப்ராளம்... கண்ண மூடிக்கிட்டுச் சுட்டேங்... சுக்கு சுக்கா செதறிப் போச்சு... வீடக் கழுவி தொடச்சிப்... போரும்... போருன்னு ஆயிப்போச்சு... பொஞ்சாதிக்க ஏச்சும் கெடச்சு... ரெண்டு உண்டாயோ அவயானோட போயும் போச்சு...'' என்று சொல்லிவிட்டு வாய் விட்டுச் சிரித்தார் கடுவா மூர்த்தியா பிள்ளை.

'மருதநாயகம் பிள்ளை சிரித்துக் கொண்டே சொன்னார்...' எங்கிட்ட வாண்டுன பத்து உண்டயளும் அந்தாக்கில கெடக்கு... இந்தத் தடவ எளவுல அம்புட்டையும் சுட்டுத் தீத்துரணுங்... சவம் நமுத்துப் போயிருக்குமோண்ணு தெரியாது... ஒரு மொயலயாது கொல்லணும்ணு ரொம்ப ஆச பாத்துக்கோ...

மருதநாயகம் பிள்ளை புலி சுட்டக் கதை 40

''இல்லாம இந்தக் கனங் கனக்க சாமானத்த வச்சிக்கிட்டு எனத்துக்கு? ... சாவதுவர ஒரு புலியோ சிறுத்தையோ சுடுவோம்ணு தோணல்லே... அதுகளச் சுடதுக்கு பயங்கர தைரியமும் நெஞ்சூக்கமும் வேணுண்டே... அதெல்லாங் தொரமாருக்குதாங்... பண்டைய நம்ம ஆளுவளுக்கு இருந்து... நம்மோ பவிசுக்கா சுட்டி இந்த சனியன வாண்டி வச்சிருக்கோம்..,''

மருதநாயகம் பிள்ளை சொன்னதற்கு கடுவா சிரித்தபடியே ஆமோதித்து சொன்னார், ''நீரு சொல்லது சரிதாங்... இந்த எளவு இருக்கனால தாலா ஊரு பயலுவோ கொஞ்சமாது பயந்து நடக்கானுவோ... இல்லேண்ணா இதுக்குள்ள நம்மோ கொட்டயத் தட்டி வெளயாடியிருப்பானுவோ,'' என்றார்.

மருதநாயகம் பிள்ளைச் சொன்னார், '' இந்த வெள்ளக் காரப் பயலுவள பகச்சுக்கவும் முடியாது... எதுத்துப் பேசவும் முடியாது... அவனுவோ சொன்னா சொன்னது தாங்...''

புலி சுட வரலேண்ணு சொன்னா ஒடனே துப்பாக்கிய நம்மளப் பாத்து நீட்டுவாங்... செவனேண்ணு சொல்லதக் கேட்டுட்டு... நம்ப பாட்டுக்கு இருந்தா ஒரு கெரகமும் இல்ல...

பனையூரில பொறந்த எம்பேருடயாங் மருதநாயகம் பிள்ள கத தெரியுமுல்லா... வெள்ளக்காரப் படையில சுபேதார இருந்தவரு... யூசுப்கான் சாய்ப்புன்னு பேரையும் மதத்தையும் மாத்திக்கிட்டாரு, பொறவு அவர வச்சித்தாங் பல சண்டையள்ள இவனுவோ செயிச்சானுவோ..

ஒரு கட்டத்துல வெள்ளக் காரனுவப் போக்குப் பிடிக்காம, இவரே தனிப் படையோட அவனுவளையும் ஆற்காடு

நவாப்பையும் எதுத்தப்போ என்ன ஆச்சு? சதி செய்து பிடிச்சு தூக்கிலப் போட்டதோட, ஒடம்ப துண்டு துண்டா வெட்டி, தலைய திருச்சிராப் பள்ளிலேயுங், கைகள பாளையங் கோட்டலேயுங், ஒருக் கால தஞ்சவூரிலயுங், இன்னொரு கால திருவாங்கூரிலயுங் வீசிப் போட்டானுவோ...

'' அவருக்கப் பேரத்தாலா எங்க ஐயா எனக்கு விட்டேரு..,'' என்றார்.

உடனே கடுவா நக்கலாய்,''அது கொண்டுத் தாலா ஒமக்கு வீரம் கெடந்து வெளயாடுகு..,''என்றார்.

மருதநாயகம் பிள்ளை சற்றே கோபப்பட்டார். ''லேய் மைத்தாண்டி... ராசராசண்ணு பேர வச்சிட்டா ஒருத்தங் ராசராச சோழனாக முடியுமாலே... அதெல்லாம் ஒரு தனிப் பொறப்புடேய்... ,''

மேலும் தொடர்ந்தார்... ''திப்பு சுல்தாங் எம்புடு பெரிய வீரங்... வெள்ளக் காரனுவோ கொட்டயக் கைலப் பிடிச்சிட்டுல்லா ஒடுனானுவோ அவரப் பாத்து... ஆனா சமயம் பாத்து நெத்திப் பொட்டுல சுட்டுக் கொண்ணுப் போட்டானுவோ... ஆக நம்மளப் போல... நம்ம ராசாவப் போல... அவனுவளுக்கு அடங்கிக் கெடந்தா நமக்கும் நல்லது... நம்ம சொத்துக்கும் பிள்ளையளுக்கும் நல்லது... அந்தமான் செயிலுக்கும் போவண்டாங்... துப்பாக்கி உண்டைக்கு சாவவும் வேண்டாம்...

7

''அவனுவள்ட்ட வேற என்னக் கொற இருக்குடே? எம்புட்டு பாத போடுவானுவ? ரயிலு வண்டி கொண்டாந்தானுவோ... மண்ணெண்ணெய், லாந்தர் விளக்கு, ஹரிக்கேன் விளக்குண்ணு என்ன எளவெல்லாம் கொண்டாந்தானுவோ? இப்போ எண்ண இல்லாம வெளக்கு கொண்டுவாரானுவோ, அவனுவோ வரலேண்ணா... நாமோ தேய்லயுங், காப்பியும் பாத்திருப்போமா? சுருட்டு இழுத்திருப்போமா?... பிளசரு காரிலப் போவ முடிஞ்சிருக்குமா? சக்கடா வண்டியும், வில்வண்டியும், குதிரவண்டியும் மட்டும் தாலா இன்னும் ஓடியிருக்கும்..,'' என்றார்.

அதற்கு கடுவா, ''அதெல்லங் சரிதாங்... ஆனா கள்ளப் பயலுவோ யாவாரம் செய்ய வந்தவனுவோ... நமக்கிட்ட இருந்து வரி கறக்கேல்லச் செய்யானுவோ... திருவாங்கூர் ராஜக்கமாரு... அவுனுவளுக்கு ஆத்தியமே நெறைய எடங் குடுத்துப் போட்டாங்கோ... அது கொண்டு தாலா இப்போ இவமாரு இந்த ஆட்டமும் அதிகாரமும் செய்யானுவோ...''

''அது போக துலுக்க ராசக்கமாரு வடக்க இருந்து இங்க வந்துக் கொள்ள அடிச்சிற்றுப் போன கோவில் ஆபரணங்களும், வைர வைடுரியமுங் போக மிச்சம் மீதி இருந்த அம்புட்டையுங் பொலயாடி மக்க, அங்க... லண்டனுக்கு கொண்டுல்லாப் போறானுவோ... என்னதாங் நம்மோ மீசய முறுக்கி, தாறும்

பாச்சினாலுங் நமக்கு அவமார எதுக்கதுக்கு அண்டி ஒறப்பு இல்ல பாத்துக்கிடும்,'' என்றார்.

கக்கோடன் கைகளைக் கட்டியபடியே நின்று இவர்கள் இருவரும் பேசுவதைக் கேட்டுக் கொண்டிருந்தான்.

அவனுக்கு இருவரின் வீரக் கதைகளும் பயங்கரச் சிரிப்பினை வரவைத்தாலும் தன் வேலை போய்விடுமே என்ற பயத்தால் அவர்கள் இருவரும் சிரிக்கும் போது மட்டும் சத்தமாய் சிரித்துவிட்டு மற்ற நேரங்களில் மனதுள் விழுந்து விழுந்துச் சிரித்தான்.

அவனும் இவர்களுக்கு ஏற்ற மாவீரன்தான்!. கோயிலுக்கு நேர்ந்து விட்டிருந்த 'குறுணி'நடராஜ பிள்ளையின் ஆட்டுக் கிடா ஊரில் பயங்கர அழிசாட்டியம் செய்துக் கொண்டிருந்தது...

யாரும் அதனை அடக்க முடியவில்லை... வளைந்து முறுக்கேறியக் கொம்புகளும் தசை புடைத்த வலிமையானக் கால்களும் திமிர் நடையும் குறுந்தாடியுமாக ஆடு யாருக்கும் பயப்படாமல்ச் சுற்றித் திரிந்தது.

ஒரு நாள் வள்ளியாற்றின் மறுகரையில் ஒரு வாழைத் தோட்டத்தில் வைத்து வாற்றுச் சாராயம் குடித்துக் கொண்டிருந்த போது குறுணி நடராஜனிடம் கக்கோடன், ''ஓய்... ஒம்ம கிடாவ... ஒழுங்கா கெட்டிப் போட்டு வையும்... இல்லண்ணா சவத்துக்க சாவு எங் கையாலதான்,''என்றான்.

குறுணி நடராஜ பிள்ளைக்கு பயங்கரக் கோபம் வந்தது... சாராயம் வேறு குடித்திருந்தார், ''பட்டிப் பொலயாடிமோனே... ஒனக்கு அண்டி ஒறப்பு உண்டுமானா... அத தொட்டுப் பாரிலே...

ஒன்னாலே அதுக்கப் புடுக்கக் கூடத் தொட்டுக்கிட முடியாதுலே... தயாளி மோனே..,'' என்று பயங்கரமாய்த் திட்டி விட்டார்.

கக்கோடன் அந்த அவமானத்தில் கிடாவை எப்படியாவது அடக்க வேண்டும் என்று முடிவெடுத்தான்.

ஒரு நாள்... பட்டாணிக் குளம் போகும் வழியில் கலிங்கத்து அம்மன் கோயிலுக்குப் பின்னால் தென்னந் தோப்பில் குருணியின் கிடா... ஒரு பெட்டை ஆட்டைத் துரத்திக் கொண்டிருந்தது... கிடாவின் குறி விறைத்து சிவந்து வெளி நீட்டி இருந்தது... பெட்டையாடு ஒத்துழைக்காமல் விலகி ஓடியது... கோபமும், காமமும் தலைக்கேறி கிடா ஓடியபோது கக்கோடன் அதன் முன் போய் இடுப்பில் கைவைத்து மாவீரனாய் நின்றான்.

ஆட்டுக் கிடா அவனை சட்டை செய்யாமல் வலப்பக்கம் திரும்பி பெட்டையாட்டைத் துரத்த எத்தனித்தது.

கக்கோடனின் மனதுள் குறுணி சொன்ன வார்த்தைகள் மீண்டும் கேட்டது, ''பலவர ஓளி ஆடெ... இண்ணு ஒன்ன நாங் விட்டனாப் பாத்துக்கோ..'' என்று சொல்லியபடி அதன் கொம்புகளை அழுத்திப் பிடித்து அதன் தலையை வலப்புறமிருந்து இடப்புறமாக முழு பலமும் திரட்டி வளைத்தான்.

கிடா உடனே சுதாகரித்துக்கொண்டது. பலமாய் அசைத்து உதறியது, கக்கோடனின் பிடி தளர்ந்தது... அவனது அடி வயற்றில் ஓங்கி முட்டி அவனை தள்ளிக்கொண்டேப் போய் கலிங்கத்து அம்மன் கோயில் மாடசாமித் திண்டில் உதறித் தள்ளியது...

'யப்போய்... ' என்று அலறியபடி மல்லாக்க விழுந்த

கக்கோடனை வெறித்துப் பார்த்தபடியே இரண்டடி பின்னுக்குப் போய் தலையை தாழ்த்தி சரித்துக் கொண்டு ஓடிவந்து கொம்புகளால் குத்திக் கிழித்துப் போடும் வெறியோடு பாய்ந்தது... நா வறண்டு வார்த்தைகள் வராமல் குழறினான் கக்கோடன்.

கையெடுத்துக் கும்பிட்டான். பாய்ந்து வந்த கிடா என்ன நினைத்தோ... அவனை முட்டாமல் அவனது வலது தொடையைக் கடித்து கொஞ்சம் சதயைப் பிடுங்கித் துப்பியது..

அது வரையில் ஆடு கடிக்கவும் செய்யும் என்பது யாருக்குமே தெரியாது. ஆட்டிடம் கடி வாங்கிய முதல் ஆள் அந்த வட்டாரத்திலேயே கக்கோடனாகத்தான் இருப்பான்.

தொடையில் பெரிய கட்டுப் போட்டு, கால்களை அகட்டி விரை வீக்கம் வந்தவனைப் போல் நடந்தக் கக்கோடனிடம் மருதநாயகம் பிள்ளை,''லேய்... பட்டி கடிக்கும்..அது எப்பிடிலே... ஆடு ஒன்னக் கடிச்சுப்போட்டு?,'' என்று கேட்டார்.

அவன் அதற்கு, ''சவத்து மூதி... பட்டிக்கும் ஆட்டுக்கும் பொறந்த எளவா இருக்கும்... நல்லவேள... சவம் கடிச்சதோட விட்டே... அது வந்த வரத்துல முட்டியிருந்தா... எனக்க கொடலுங் கொட்டயுங் தெறிச்சிப் போயிருக்கும்,'' என்றான்.

8

காலையில் மருதநாயகம் பிள்ளை சீக்கிரமே எழுந்துவிட்டார். இரவெல்லாம் அவருக்குத் தூக்கமே வரவில்லை.

கண்ணடைத்தால், பாறைகளின் இடை வெளிகளிலிருந்தும், புதர்களின் இடையிருந்தும் புலிகள் அவர் மேல் பாய்வதும், ஒரு புலி கடுவா மூர்த்தியா பிள்ளையின் குரல் வளையைக் கடித்துக் கொண்டு அவரை தரதரவென இழுத்துக் கொண்டே ஓடுவதும்... கக்கோடனை இரு புலிகள் அங்கும் இங்குமாக கடித்து இழுத்துப் போடுவதும்...

இவர் ஒரு புலியை குறிபார்த்துக்கொண்டிருக்க, பின்னால் இருந்து இரு புலிகள் இவரை குப்புறத்தள்ளி சதைப்பற்றான இவரின் பின்புறத்தை ஒரு புலி தன் முழு வாயையும் திறந்து கடித்து மொத்த சதையையும் பிய்த்தெடுக்க சதையுடன் இவரின் கோமணமும் புலியின் வாயில் ரத்தம் சொட்ட தொங்கிக்கொண்டிருந்தது... தூங்கவே முடியாததால் கண்கள் சிவந்துபோய் இருந்தார்.

மாடியில் இருந்து கீழே இறங்கி வந்தார். தங்கம்மை இவருக்காக வெற்றிலை மடித்துக்கொண்டிருந்தாள். "இப்போ சாயா கொண்டு வராம்" என்று சொல்லி அடுக்களைக்கு ஓடினாள்.

மருதநாயகம் பிள்ளை தேநீர் குடித்து வெற்றிலை போட்டு, யாழ்ப்பாணம் புகையிலையை சுருட்டி வாயில்

ஒதுக்கிக்கொண்டு, மண்ணால் சதுரமாய் சுவரெழுப்பி உள்ளே நீளமாய் கல் போடப்பட்டிருந்த அவருக்கு மட்டுமேயான கழிவறைக்குள் சென்று, கல் மேல் ஏறி கோமணத்தை அவிழ்த்து தோழில் போட்டு குத்தவைத்தார். நேற்றய மொச்சை தீயல் பெருங் காற்றை வெளியேற்றியது.

மனது சிந்தனையில் ஆழ்ந்தது, 'நாளைக்கு இந்த சமயம் தடிக்காரன் கோணம் தாண்டி போய்ட்டிருப்போம். தொரமாரு, குடிச்சு குடிச்சு, சுருட்டும் வலிச்சு கீச்சான் பூச்சி சத்தம்போல பேசிக்கிட்டே வருவானுவோ, ஒரு புலியை கொன்னுட்டு வண்டிய விட்டுட்டானுவண்ணா நல்லது, பயித்தியாரப்பயலுவோ ரெண்டு மூணுன்னு நின்னுட்டானுவண்ணா நம்ம பாடு பெரும்பாடு ஆயிரும்', அவர் இவ்வாறு சிந்தித்துக் கொண்டிருந்தார்.

கல் தொட்டியில் வைத்திருந்த நீரில் கழுவிவிட்டு வெளியே வந்தார். தங்கம்மை இவர் குளிக்க சுடுதண்ணீர் ஊற்றி தயாராக வைத்திருந்தாள்.

தங்கம்மை மருதநாயகம் பிள்ளை வீட்டின் வேலைக்காரி, நுள்ளியம்மையின் காரியதரிசி போல. எப்படி கக்கோடன் அவருக்கோ, அப்படி தங்கம்மை நுள்ளியம்மைக்கு.

குளித்து முடித்து புதிய லங்கோட்டை சுற்றி சுற்றிக் கட்டி புதிய வேட்டி, பட்டு சட்டைப் போட்டு, தலைப்பாகை கட்டி, நெய் தேய்த்து மீசையை நன்றாக முறுக்கிக் கொண்டார்.

புட்டு பயறு பப்படம் தயாராக இருந்தது, ஒன்றரைக் குழல் புட்டை பயிறு பப்படம் சேர்த்து பிசைந்து தின்று முடித்து பெரிய ஏப்பம் விட்டபடி சாப்பாட்டு அறையில் இருந்து வெளிவந்தார்.

கடுவா மூர்த்தியும், கக்கோடனும் வரும் ஓசை கேட்டது.

கக்கோடன் கையில் ஒரு கனத்த பூண் போட்ட கம்பை வைத்திருந்தான். மருதநாயகம் பிள்ளை அவனுக்கு கொடுத்திருந்த வடசேரி முண்டுடுத்தி, தோள்பட்டையிலிருந்து சற்று கீழிறங்கும் கைவைத்த சட்டையும் அணிந்து, இடுப்பில் சிகப்பு நிற துண்டையும் கட்டி பவ்யமாய் நின்றிருந்தான்.

9

கடுவா மூர்த்தியாப்பிள்ளை வெண்ணிற பட்டு வேட்டியை தாறு பாய்ச்சி கட்டி, இடுப்பில் தோலாலான இடுப்பு பட்டை கட்டியிருந்தார். பட்டு ஜிப்பா போட்டிருந்தார். தன் பங்குக்கு அவரும் மீசையை முறுக்கி விட்டிருந்தார்.

''டேய் ஒன்னைப் பாக்க இப்போ எளவட்டமாட்டுல்லா இருக்கு... குட்டியோ இப்போ பொத்து பொத்துன்னு வந்து விழுந்திரும் போலுக்கே'' என்று மருதநாயகம் சிரித்துக்கொண்டே சொன்னார்.

கடுவா அதற்கு, ''உமக்கு என்னா அந்த முறுக்கு மீச மயிருக்கே குட்டியோ கிடைக்குமே''என்றார்.

''டே கடுவா நாப்பது அம்பது வெள்ள முடி மீசையில வந்துப்போட்டு பாத்துக்கோ, ஒண்ணொண்ணா வெட்டியெறிய செரமம்தான். நம்ம முத்துசாமி முடிவெட்டி விடும்போ வெட்டுவான். எழவு வயசாகிப் போச்சுல்லா..'' அறுவத்தஞ்சு தெகஞ்சாச்சில்லா...

முன்ன மாரி ஆட முடியல்ல பாத்துக்கோ..இந்த லெச்சணத்திலயாக்கும் ராசா புலி சுட போக சொல்லுகது... மூத்த பய தவம் பிள்ளைக்கே நாப்பது வயசு தெகஞ்சாச்சில்லா..

பய ஒரு அப்புராணியாக்கும் ஆனா ஒரு நீக்குபோக்கு தெரியாது. ரெண்டாமத்தவன் நல்ல சொடியாக்கும்... ஆனா

எனக்க ரெண்டாமத்தவளுக்க நாலு பயக்களும் பயங்கர பயக்களாக்கும் கேட்டியா...

அதுல மூத்தவன் ஒரு அம்பட்டத்தி பொண்ண கெட்டிட்டு வீட்டுக்கு வந்தான், பொலையாடிமோனே கூட்டிட்டு ஓடிரு... கண்ணு முன்ன பாத்தேண்ணா... ரெண்டுபேரையும் மாமரத்துல கெட்டிவச்சு தோலை உரிச்சுப்போடுவேண்ணு சொன்னதுக்கு... அவங் நீரு மட்டும் நாயரு பொண்ண ரெண்டா தாரமாக்கலாம்.. நா வேற சாதியில கெட்டினா வலிக்காக்கும் அப்படிண்ணு...

''விட்டேன் ஒண்ணு... அதுவும் இதுவும் ஒண்ணாலே... எறங்கிப் போலேன்னு வெரட்டிட்டேன்... அந்த கடைசிப் பய சொர்ணப்பன் இருக்கானே... பயலுக்கு பதினாறு வயசு ஆகு...யப்பா...கண்ணசந்தா நம்ம கோமணத்த உருவி கொட்டைய கொண்டு போயிருவான்...'' தன் முதல் மற்றும் இரண்டாம் மனைவியின் பிள்ளைகளைப்பற்றி மருதநாயகம் பிள்ளை சொன்னார்.

''இதெல்லாம் தெரிஞ்ச கத தாலா...எனக்குத்தான் பிள்ள பாக்கியமே இல்லாமப் போச்சு...நீரு குடுத்து வச்ச மனுசன்'' கடுவா மூர்த்தியா பிள்ளை பெருமூச்சுடன் சொன்னார்.

இருவரும் மாமரத்து நிழலில் போட்டிருந்த நாற்காலிகளில் அமர்ந்தனர். கக்கோடன் ஓரமாய் தரையில் அமர்ந்தான். ''ராசாவும், துரைமாரும் எப்போ வாரவோ? நம்ம கொட்டார மணி மூணு அடிக்கயில அங்க போவோமா? ஏற்பாடெல்லாம் செய்யாண்டாமா'' என்று கடுவா கேட்க,

‘டே அதெல்லாம் நேத்து ராத்திரியே கருமன் செட்டியாருகிட்டேயும், பரமேஸ்வரன் நாயருகிட்டேயும் எல்லாம் பாத்துக்கிடச் சொல்லியாச்சு.

நல்ல பூச்செண்டும், தோவாளைப் பிச்சிப்பூ மாலையும் மூணு மணிக்கு வந்திரும். தொரமாருக்கு தோவாளைப் பிச்சிப்பூ மணம்னா அவ்வளவு இஷ்டமாக்கும்... ஒமக்குத் தெரியுமா?, போயிட்டு என்ன சொல்லுகானுவோ, எப்போ போணும், எப்படிப் போணும், என்ன மயிரெல்லாம் கொண்டு போணும்ணு கேட்டிட்டு சீக்கிரம் வந்து படுக்கணும்வே... நேத்து ராத்திரிப்பூரா ஒறக்கமே இல்ல... எளவு என்ன மயிரு சொப்பனம்..என்றார் மருதநாயகம் பிள்ளை.

கக்கோடன் தரையில் இருந்தபடியே சொன்னான், ‘‘தொரமாருக்கு அதிராவுன்னு சொன்னா..காலத்த ரெண்டு, மூணு மணியாக்கும். அவமாரு காலத்தையே தணுப்புக்கு பச்சக் குப்பியில இருந்து சாரயத்த ஊத்தி குடிச்சுக்கிட்டு, இத்தாதாண்டி சுருட்ட ஊதித்தள்ளிட்டே இருப்பானுவோ... நம்மோ பாத்துகிட்டு வெறைச்சிகிட்டே போணும்’’ என்றான்.

லே அவமாரு தணுப்புலயே பொறந்து வளந்தவனுவோ, பொறந்ததில இருந்து மொலப்பாலு கொஞ்ச நாளும் மிச்ச நாளு முச்சூடும் சாராயமும் குடிச்சு வளருகானுவோ

என்ன குடிச்சாலும் நம்ம பயலுவளைப்போல சலம்ப மாட்டானுவ...ஒடம்ப கல்லு கணக்கா வச்சிருப்பானுவ, தெனமும் எவ்வளவு கசரத்து செய்யானுவோ... அறுபது எழுபது வயசுலயும் பருப்பு போல இருக்கானுவோ...புதுசு புதுசா குட்டிகள கூட்டிட்டு

சுத்துகானுவோ, எப்படித்தான் இவனுவளுக்கு சுக்கிலம் ஊறுகோ?..

நம்மளுக்கு முப்பது வயசிலேயே கொடவண்டி சாடுகு...நாப்பது வயசில ஓதம் வருகு... கொட்ட கோமணத்துக்குள்ள நிக்காம தொடவரத் தொங்குகு, எங்கப் போட்டு ஓடவும் சாடவும் முடியும்'' கடுவா சொல்லிவிட்டு மருதநாயகம் பிள்ளையைப் பார்த்தார்.

'கண்டமானம் சம்பா அரி சோறு போட்டு, கீரைத்தண்டு புளிக்கறியும் விட்டு, நெத்திலி பொரிச்சதும் வச்சு கொளச்சு அடிச்சிட்டு, கசேரியில சாஞ்சு வெறுதே சத்தம் போட்டுக்கிட்டு கெடந்தா கொடவண்டியும், கொட்டயும் சாடத்தாண்டே செய்யும்'' மருதநாயகம் பிள்ளை சிரித்தபடியே சொன்னார்.

தன் லங்கோட்டின் மேற்பகுதியை நன்றாக தூக்கி விட்டுக்கொண்டார்.

''அப்போ சரி நா கொல்லவிள வரைக்கும் போய் வயல ஒரு பார்வ பாத்திற்று ரெண்டுமணி சங்கு ஊதப்போ இங்க வாறேன், பின்ன நம்மோ கொட்டாரத்துக்குப் போவோம்,'' என்று சொன்னபடியே கடுவா மூர்த்தி எழுந்தார். நீள மரப்பிடி வைத்த குடையை விரித்துகொண்டு நடக்கத் திரும்பினார்.

''செரி சீக்கிரம் வந்து சேரும்..இன்னு ராத்திரியே எல்லாம் தயாராக்கி கெட்டி வச்சிக்கிடுவோம்..ராத்திரி இங்கேயே வந்து படுத்துக்கிடும், துப்பாக்கிய தொடச்சு எடுத்துட்டு, மறக்காம உண்டைகளையும் எடுத்திற்று வாரும்,'' என்றார் மருதநாயகம்.

10

அவர் கக்கோடனைப் பார்த்து, ''லே நா கொஞ்ச நேரம் உறங்கப் போறேன்... என்ன உச்ச சமயத்தில எழுப்பிவிடு... துப்பாக்கிய எடுத்து நல்லாத் தொடச்சு வை. உண்டயோ மேலே தனித்தனியா இருக்கு, எடுத்துத் தாறேன்...அதுகளை எல்லாம் ஒரு தோல் பையில போட்டு வச்சுக்கோ,'' என்று சொன்னபடியே மாடிப்படிகளில் ஏற ஆரம்பித்தார். கக்கோடன் பின்தொடர்ந்தான்.

கக்கோடன் அந்த நீள துப்பாக்கியை பதனமாக எடுத்துக்கொண்டான். மருதநாயகம் பிள்ளை தனிதத்தனியாக இருந்த பத்து தோட்டாக்களையும், ஒரு சிறிய தோல் பையையும் கக்கோடனிடம் கொடுத்து,''லேய் பதனம்... சவம் பயங்கர சாதனமாக்கும் கேட்டியா..மனுசனா சுட்டா மண்ட செதறி தெறிச்சுப்போயிரும், கடுவாட்ட உள்ளதக் காட்டிலும் வெசை கூடுனதாகும். ஒத்த உண்டயில ஒரு புலிய சாச்சுப்போடலாம்... ஆனா நம்மோ சுடுகது அதுக்கு மேல கொள்ளணும்...குறி பாக்கும்போ சரியாத்தான் தெரியும்... சுடும்போ எளவு இதுக்க கனமும், பயத்தில நம்மோ கைநடுக்கமும் சேந்து உண்ட தெக்கோட்டுப் போகோ வடக்கோட்டு போகோ...யாரு கண்டா'' என்று சிரித்துக்கொண்டே சொன்னார்.

கக்கோடன் துப்பாக்கியும், தோட்டாக்களையும் எடுத்துக் கொண்டு கீழே இறங்கினான்.

வராந்தாவில் துப்பாக்கியை வைத்து விட்டு, ஒரு பனையோலை பாயினை எடுத்துவந்து மாமரத்து நிழலில் விரித்து துப்பாக்கியையும் தோட்டாக்களையும் அதில் வைத்து துணி கொண்டு மெதுவாக துப்பாக்கியை துடைக்க ஆரம்பித்தான்.

மருதநாயகம் பிள்ளை தன் உடைகளைக் களைந்து வெறும் லங்கோட்டுடன் உறங்க ஆரம்பித்தார்.

நுள்ளியம்மை மெதுவாய் அடுக்களையிலிருந்து வெளியே வந்தாள். கக்கோடனைப் பார்த்து வருமாறு சைகை செய்தாள்.

கக்கோடன் துடைத்துக்கொண்டிருந்த துப்பாக்கியை பாயில் வைத்துவிட்டு எழுந்து நுள்ளியம்மை அருகே சென்று கைகட்டி நின்றான். நுள்ளியம்மை வராந்தா ஓரத்தில் திட்டில் அமர்ந்தாள்.

‘டேய் அவ்வோ ஒறங்கப் போய்ட்டாளா?’ என்று கேட்டாள்.

‘‘ஆமா தாயே...ஏமானுக்கு நல்ல ஒறக்க சீணம்...ராத்திரி செரியா ஒறங்கல்லண்ணு சொன்னாவ...’’ என்றான்.

‘‘இவ்வோளுக்கு எனத்துக்குலே இந்த எளவெல்லாம்? புலி சுடப் போறேன், எலி சுடப்போறேண்ணு,’’ மெதுவாகச் சொன்னாள்.

ஆங்...அது கொள்ளாம்...ஏமாங் வீரருல்லா... அதும் தம்புரான் சொல்லியாச்சிண்ணா ஏமாங் எண்ணைக்கு மறு பேச்சு பேசியிருக்கு... மட்டுமா புலி சுடப் போறது கெவுருவமுல்லா... அம்மைக்கும் சொல்லலாமுல்லா, மாப்பிள்ள தொரமாருக்கு ஒத்தைக்கு புலி சுடுவாருண்ணு...ஊருக்குள்ளயும், குடும்பத்துக் குள்ளயும் பேரு உண்டாவுமுல்லா...

''வரப்போற சந்ததிகோ சொல்லுமுல்லா எங்க தாத்தா பெரிய வீரருண்ணும், புலி சுட்டவராக்குமுண்ணும்..,'' நுள்ளியம்மையிடம் கக்கோடன் இப்படி சொன்னான்.

அதற்கு நுள்ளியம்மை, போலே..இவ்வோளப் பத்தி எனக்குத் தெரியாதா... காணிக்காரனுவளுக்கு எவ்வளவு படியளக் காருன்னு..நாங் ஒரு ரவுக்கத் துணி கேட்டா.. சாடுவா..காணிக்காரனுவள்ட்ட மிளா தலையும், மான் கொம்பும் வாங்க எவ்வளவு குடுக்கேரு எல்லாம் தெரியும்.

''நீ அவருக்க கூட்டுக் கள்ளனாக்கும்...மாசி மாசம் வேட்டைக்குன்னு சொல்லிட்டு போனியோல்லியா... அப்போ எங்கப் போனியோ... அவ வீட்டுக்குப் போய் ஒரு வாரம் தங்கிப்புட்டு காணிக்காரனுக்கிட்டேயிருந்து மிளா தலையும் வாங்கிக்கிட்டு, அவ்வோ சுட்டதாயிட்டு கொண்டு வந்து காட்டி... எனக்குத் தெரியுமுடே... எனக்கும் கொஞ்சம் புத்தி உண்டு கேட்டியா,'' என்று சற்றுக் கோபமாகவே சொன்னாள். கக்கோடன் எதுவும் பதில் சொல்லாமல் தலை தாழ்த்தி நின்றான்.

நுள்ளியம்மை தொடர்ந்தாள், அடிக்கடி வேட்டைக்குண்ணு சொல்லிட்டு அவ வீட்டுக்குப் போயிட்டு வரது தெரியும் எனக்கு..,எனக்கும் தரவு சொல்ல ஆளுவோ உண்டுடே... வெளுத்த தோலும், அங்கங்க தள்ளுன உடம்பும் அவருக்கு பிடிச்சுப்போய் அலையா...

''ஒரு நாளு அவ நல்ல உருவ முடியாத்த ஆப்பு வைப்பா பாரு அப்போ ஓங் ஏமானுக்கு தெரியும்,''குரலுயர்த்தி சொல்லிவிட்டு வேகமாய் அடுக்களைக்குள் நுழைந்தாள்.

இம்முறையும் இவர் வேட்டைக்கு என்று சொல்லி செல்வதில் அவளுக்கு சந்தேகம் இருந்தது, ஆனால் கடுவா மூர்த்தியா பிள்ளையும் கூடே செல்வதனால் சற்று நம்பிக்கை இருந்தது.

மருதநாயகம் பிள்ளை, கக்கோடனை மட்டும் அழைத்து செல்லும் வேட்டை, அவரது இரண்டாவது மனைவியின் வீட்டுக்குத்தான்.

கக்கோடன் அங்கு காவலக்காரனாய் காத்துக் கிடப்பான். அவரது இரண்டாம் மனைவியின் பிள்ளைகள் மலையாளத்தில் செய்யும் கேலிகளைக் கேட்டுப் பொறுத்துக்கொண்டிருப்பான். அவரது கடைசி மகன் சொர்ணத்தின் குறும்புதான் அவனுக்கு தாங்க முடியாததாய் இருக்கும்.

இவன் வராந்தாவில் தூங்கும்போது கட்டெறும்பைப் பிடித்து வந்து காதில் விட்டு விடுவான், கோழியைப் பிடித்து கிணற்றுள் போட்டுவிட்டு, உள்ளே இறங்கிப் பிடித்துதர சொல்லுவான்.

அசந்து லேசாக வாய் திறந்து உறங்கும்போது வாயில் உப்பினைப் போட்டு தண்ணீரும் ஊற்றிவிட்டு ஓடிவிடுவான். ஒன்றும் சொல்லவோ, செய்யவோ முடியாத நிலையில் கக்கோடன் தவிப்பான்.

11

மீண்டும் பாயில் வந்தமர்ந்து துப்பாக்கியை எடுத்து பளபளவென்று துடைத்து முடித்தான். அதன் நீண்ட குழலை அழுத்த அது ஒடிந்தது போல திறந்தது. துரைமார்கள் துப்பாக்கியை இதுபோல ஒடித்து தோட்டாவைப் போடுவதை பார்த்திருக்கிறான்.

பக்கத்திலேயே மருதநாயகம் தந்த தோட்டாக்கள் கிடந்தன. ஒரு தோட்டவை எடுத்து குழலின் ஒடிந்த பகுதியில் தோட்டா வைக்கும் இடத்தில் வைத்து மூடினான்.

மீண்டும் திறக்கப் பார்த்தான், முதலில் ஒடிந்ததுபோல திறந்த குழலை இப்பொழுது திறக்க முடியவில்லை, அய்யய்யோ இதை இனி எப்படி எடுக்க? எளவு வென ஆகியிருமே ஏன்று மனதுள் பதறியபடியே, மீதித் தோட்டாக்களை தோல் பையில் எடுத்துப்போட்டு, துப்பாக்கியையும், தோட்டா பையையும் எடுத்துக்கொண்டு உள்ளறையில் கிடந்த கட்டிலில் வைத்தான். அவன் முகம் பேயறைந்தது போலாயிற்று.

நுள்ளியம்மை கக்கோடனை அழைத்து செட்டித்தெரு செக்கில் போய் இரண்டு ராத்தல் நல்லெண்ணெய் வாங்கிவரச் சொல்லி பரணியொன்றைக் கையில் கொடுத்தாள், அதற்கான காசை செட்டியாரிடம் கணக்கில் வைத்துக்கொள்ள சொல்ல சொன்னாள்.

கக்கோடன் நுள்ளியம்மையிடம் துப்பாக்கியில் தோட்டா இருப்பதை சொல்ல நினைத்தான், ஆனால் பயம் அவனை சொல்லவிடாமல் தடுத்தது.

"ஏமாங் எந்திச்சதும் சொல்லிக்கிடலாம், அடிச்சாலும் வாண்டிக்கிடலாம், என்று நினைத்தபடி பரணியைத்தூக்கிக்கொண்டு வெளியே வந்து செட்டித்தெரு நோக்கி நடக்க ஆரம்பித்தான்.

வழியில் அவன் வீட்டிற்குப் பக்கத்து வீட்டு செல்லப்பனைப் பார்த்தான், அவனிடம் வீடிற்கு வர நேரம் இருக்காது, வேட்டை முடித்து வந்தபிறகே வீட்டிற்கு வரமுடியுமென்று தன் மனைவியிடமும், தன் மகனிடம் சொல்லி தனக்கான துணிமணிகளை கொண்டுவந்து மருதநாயகம் வீட்டில் தரும்படியும் சொல்லச் சொன்னான்.

சாப்பிட நேரமாயிற்று. நுள்ளியம்மை மெதுவாய் மாடிப் படிகளில் ஏறினாள். அசந்து உறங்கிக்கொண்டிருந்த மருதநாயகம் பிள்ளையின் அருகில் சென்று, "இன்னா..சாப்பிடுகேளா... நேரம் ஒருவாடு ஆகு..கொட்டாரத்துக்குப் போணுமுல்லா?" என்று சற்று சத்தமாய் கேட்டாள்.

கண் விழித்த மருதநாயகம் பிள்ளை, "நீ போய் எலயப் போடு... நா வாறேன்," என்றபடியே எழுந்து சோம்பல் முறித்தார், மெதுவாக நடந்து அடுத்த அறைக்கு சென்று கல்மடையில் சிறுநீர் கழித்து, முகம் கழுவி கீழே இறங்கி வந்தார்.

உள்ளறையில் கட்டிலில் இருந்த துப்பாக்கி கண்ணில்ப்பட்டது. போய் எடுத்துப் பார்த்தார். பளபளவென்று மின்னியது.

"கக்கோடன் நல்ல வேலைக்காரந்தான்... என்ன அளகா

தொடச்சிருக்காங்'', என்று வியந்தபடியே துப்பாக்கியைத் தூக்கிக் கொண்டு முற்றத்தில் இறங்கி, மாமரத்தில் இருந்த பெரிய செண்பகப் பறவையை குறிவைத்தார்.

அதில் தோட்டா இடப்பட்டுள்ளது தெரியாமல் விசையை அழுத்தினார். துப்பாக்கி "த்த்டூம்" என்று பெரும் சப்தத்துடன் வெடிக்க, துப்பாக்கியின் பின் விசை அவரது தோள்ப்பட்டையை பலமாய் தாக்கி, மல்லாக்க தரையில் விழுந்தார். செண்பகப் பறவை பறந்து போயிற்று.

துப்பாக்கி தெறித்து பக்கத்தில் தரையில் விழுந்தது. மரங்களில் இருந்த அத்தனைப் பறவைகளும் கலைந்து கத்திப் பறந்தன.

மதுசூதனன் நாயர் வீட்டுப் புளியமரத்தில் தொங்கிக் கொண்டிருந்த வவ்வால்கள் வெடிச்சத்தத்தில் மொத்தமாகக் கலைந்து திசைகளற்றுப் பறந்தன.

துப்பாக்கி வெடித்த சப்தமும், மருதநாயகம் பிள்ளையின் 'யம்மோவ்' என்ற அலறலும், நுள்ளியம்மையையும், தங்கமையையும் அடுக்களையில் இருந்து ஓடிவரச்செய்தது. மாமரத்தின் பக்கத்தில் மல்லாக்க கிடந்தார் மருதநாயகம் பிள்ளை.

"எடியே சொம்பில வெள்ளம் எடுத்திற்று ஓடியா,'' என்று கத்தியபடியே நுள்ளியம்மை அவரருகே ஓடினாள். அவரை மெதுவாக பிடித்து தூக்கி தண்ணீர் கொடுத்து,"என்ன ஆச்சி?'' என்று கேட்டாள் நுள்ளியம்மை.

"எங்கட்டி அந்த சவத்துப் பய கக்கோடன்? பட்டிப் பொலையாடிமவன் உண்டயப் போட்டு வச்சிருக்கான்... தெரியாம அமுக்கிற்றேன்... சவம் வெடிச்சிற்று... உண்ட போன

வேகத்தில துப்பாக்கி தோளுல இடிச்சி தள்ளிப்போட்டு... அந்த படுக்காளிப்பய எங்க செத்தொழிஞ்சான்?'' என்று கோபமாய் கேட்டார்.

நுள்ளியம்மை வந்த பயங்கர சிரிப்பினை அடக்கிக்கொண்டாள். கக்கோடனை எண்ணை வாங்க செட்டித் தெருவுக்கு அனுப்பியதைச் சொன்னாள்.

கக்கோடன் எண்ணை வாங்கி வீட்டுக்கு சாற்றுத் தொலைவில் வரும் போது தான் இந்த வெடிச்சத்தம் கேட்டது.

அவனுக்கு தொண்டை உலரத் தொடங்கியது... ஏமான் யாரையோ சுட்டுக் போட்டாரோ... அல்லது அவருக்கப் பொஞ்சாதி அவரையே சுட்டுப் போட்டாளோ என்று நினைத்தபடி, வேகவேகமாய் வந்தான்.

வீட்டு முற்றத்தில் மருதநாயகம் பிள்ளை வலது தோள்ப்பட்டையும் நெஞ்சும் சேருமிடத்தில், இடது கையால் தடவிக்கொண்டிருந்தார். பக்கத்தில் நுள்ளியம்மையும், தங்கம்மையும் நின்று கொண்டிருந்தனர்.

கக்கோடனுக்கு நிம்மதியாயிற்று யாருக்கும் ஒண்ணும் ஆகல என்று எண்ணியபடி, எண்ணை பரணியை வெளித் திண்ணையில் வைத்துவிட்டு அவர் அருகில் வந்தான்.

அவனைப் பார்த்ததும் மருதநாயகம் தாயோளி மோனே... ஒன்ன யாருலே இதுக்குள்ள உண்டயப் போடச் சொன்னது... தொடச்சு வைக்க சொன்னா உண்டயப் போட்டு வச்சியாக்கும்... மயிராண்டி, என்றபடியே ஓங்கி கன்னத்தில் ஒரு அறை விட்டார்.

கன்னத்தைத் தடவியபடியே கக்கோடன் "ஏமனே... கொஞ்சம்

பொறுக்கணும்... நாங் ஏமனுக்க நல்லதுக்காக்கும் செய்தேங் பாத்துக்கிடுங்க... இப்போ ஏமனுக்கு தெரிஞ்சில்லா...துப்பாக்கி சுடும்போ, தோளிலே சரியா வச்சி நல்ல பெலமாப் பிடிச்சுத்தான் சுடணும்ணு..இல்லண்ணா நாளைக்கு தொரமாரோடப் போவையில சுடும்போ, அவமாருக்கு முன்னால இப்படி மல்லாந்தா... அவமாரு என்னத்த நெனைக்கும் ஏமானப்பத்தி, அதுக்குத்தான் நாங் உண்டயப் போட்டேங்... ஏமாங் வரணும் நா தடவித்தாறேன்,'' என்று சமாளித்தான்.

மருதநாயகம் பிள்ளை சற்று கோபம் தணிந்தார். “ஆனாலும் லே... ஒரு வார்த்த சொல்லியிருக்கலாம் நீ... சவம் உண்ட கெடக்கது தெரியாம... சும்மா அமுக்கிப் போட்டேன்... எளவு மல்லாத்திப் போட்டு,'' என்றார்.

நுள்ளியம்மை அவரை சாப்பிட அழைத்தாள். அவள் மனதுள் சிரித்துக் கொண்டே நினைத்தாள், “இவரு புலிய சுடப்போ, புலி ஓடிரும் இவரு இதுபோல மல்லாந்திருவாரு”.

‘ஏமாங்...நாளைக்கு வேட்டைக்குப் போறப்போ காட்டுல புலியக் காணும்போ இந்தக் காரியத்த மறந்திரப்பிடாது... தோக்க... நல்ல இறுக்கி தோளுக்கும், நெஞ்சிக்கும் நடுவில வச்சிட்டு...அதுக்க நடு நெத்தியில சுடணும்... இல்லண்ணா சவம் நேரா நம்ம மேலப் பாஞ்சி கொரவளயக் கடிச்சிப்போடும். புலியோ கொரவளயத்தான் கடிச்சு கொல்லும்ண்ணு காணிக்காரனுவோ சொல்லுவானுவோ,'' என்றான் கக்கோடன்.

''எல்லா மயிரும் தெரியும்லே...போய் சாப்பிடு... ராசா வாரதுக்கு நேரம் ஆயாச்சு,'' என்று சொன்னபடியே மருதநாயகம் பிள்ளை சாப்பாட்டு அறைக்குள் நுழைந்தார்.

12

கக்கோடன் வராந்தாப் படியில் அமர்ந்தான், அவனுக்கு சாப்பாடு அங்கேதான். என்னதான் மருதநாயகம் பிள்ளைக்கு அவன் அந்தரங்க உதவியாளனாய் இருந்தாலும், நெருக்கமானவனாய் இருந்தாலும், உடல் நீவி விடுபவனாய் இருந்தாலும், சாப்பாடு அறைக்குள்ளும், அடுக்களைக்குள்ளும் அவனை அவரோ, நுள்ளியம்மையோ ஒருபோதும் அனுமதித்ததில்லை.

மருதநாயகத்தின் நெருங்கிய சொந்தக்காரர்கள் பலரும் அவரிடம் பலமுறை சொல்லியிருக்கிறார்கள், கக்கோடனுக்கு இவ்வளவு இடம் கொடுக்கக்கூடாது, அவனை வீட்டு முற்றம் தாண்டி உள்ளே அனுமதிக்க கூடாது என்றெல்லாம்.

ஆனால் இவர் அதை எல்லாம் செவி கொடுத்துக் கேட்டதுபோல காட்டிக்கொள்ளமாட்டார், கக்கோடனுக்கு இவரது படுக்கை அறைக்குள் நுழைந்து சுத்தம் செய்யும் அனுமதி கூட இருந்தது, ஆனால் இந்த அடுக்களை, சமையலறை விஷயத்தில் கறாராக இருந்தார்.

கக்கோடனும் அது பற்றி ஒருபோதும் கேட்டதும் இல்லை. தங்கம்மை அவனுக்கு ஒரு தேக்கிலையில் சோறும், மண் சட்டியில் பழங்கறியும், இரண்டு துண்டு சாளை மீன் பொரித்ததும் கொண்டுவந்து கொடுத்தாள்.

அவன் தேங்காய் அறையின் வெளிச்சுவற்றின் பக்கத்தில் வைத்திருந்த அவனது நீர் குடிக்கும் சிரட்டையை எடுத்து வந்தான். அச்சிரட்டையை அவன் அழகாக செதுக்கி பளபளவென்று வைத்திருந்தான்.

சின்ன வயதிலிருந்தே இவர் வீட்டில் மீந்து போகும் சாப்பாடும், கறிகளும், வாடிப்போகத் துவங்கும் காய்கறிகளும் கக்கோடனுக்கு, அவன் வீட்டிற்கு எடுத்து செல்ல கொடுக்கப்படும்.

இருவரும் சாப்பிட்டு முடித்தனர். மருதநாயகத்திற்கு தங்கம்மை வெற்றிலை மடித்துக் கொடுத்தாள். கக்கோடனின் மகன், அவனுக்கான துணிமணிகளைக் கொண்டுவந்தான்.

துப்பாக்கியும் கையுமாக கடுவா மூர்த்தியா பிள்ளை வரும்போது மருதநாயகம் பிள்ளை தயாராகி இருந்தார்.

கடுவா தன் துப்பாக்கியையும், தோட்டாக்களையும், தனது மாற்றுடைகள் அடங்கிய பையையும் மருதநாயகம் வீட்டின் உள்ளறையில் கொண்டு வைத்து விட்டு வந்தார்.

நுள்ளியம்மையிடம் மருதநாயகம் பிள்ளை தாங்கள் கொட்டாரத்துக்கு போய்வருவதாகச் சொல்லி ஒற்றை காங்கேயம் காளை பூட்டப்பட்ட வில் வண்டியில் மருதநாயகம் பிள்ளையும், கடுவா மூர்த்தியா பிள்ளையும் ஏறினார்கள். கருமன் செட்டியார், பிச்சிப்பூ மாலைகளையும், பூச் செண்டுகளையும் கொண்டுவந்தார். கக்கோடன் அவற்றை வாங்கி கடுவாவின் பக்கத்தில் வில் வண்டியில் வைத்தான்.

கக்கோடன் வண்டிக்குப் பின்னால் வேகமாக நடந்து சென்று கொண்டிருந்தான். வில் வண்டி கொட்டாரத்துக்குள் போனது.

மருதநாயகம் பிள்ளையின் நெய் தேய்த்து முறுக்கிய மீசை நிமிர்ந்து குத்திட்டு நின்றது.

பின்னால் நடந்து வந்துகொண்டிருந்த கக்கோடனை கொட்டாரத்தின் உள் வாசலில் நிற்க சொல்லிவிட்டு, கடுவா மூர்த்தியா பிள்ளையை அழைத்துக்கொண்டு மருதநாயகம் பிள்ளை உள்ளே நுழைந்தார். கடுவா, பூச்செண்டுகளையும், மாலைகளையும் எடுத்து வந்தார்.

இருவரையும் நுழைவாயிலிருந்து ஒரு சிப்பந்தி ஆலோசனைக் கூடத்திற்கு அழைத்து சென்றான்.

அங்கே கமாண்டர் ரிங்கோ ஜான் மற்றும் அவனது மைத்துனன் ரூபன் ஜேக்கப் அமர்ந்து சுருட்டுப் புகைத்துக் கொண்டிருந்தனர்.

மருதநாயகத்தைப் பார்த்ததும் ரிங்கோ எழுந்து அருகே வந்து,"ஹாய் மர்த்தா... ஹௌ ஆர் யூ?... ஆஃப்டர் எ லாங்..டைம்,'' என்று சொல்லி கை நீட்டினான், இவர் கை கொடுக்க, ரிங்கோ அழுத்திப் பிடித்து பலமாய் குலுக்கினான். அவன் கை சொரசொரவென மரக்கட்டையைப் போல இருந்தது. அவன் இவரின் கையை பிடித்த பிடி உடும்பு பிடிப்பது போல இருந்தது. இவருக்கு கை பயங்கரமாக வலித்தது.

வேலையே செய்யாத இளம் பெண்களின் உள்ளங்கையைப் போல மிருதுவான கை மருதநாயகம் பிள்ளைக்கு, வலியை காட்டிக்கொள்ளாமல் அவர் சிரமப்பட்டு புன்னகைத்து தலையசைத்தார்.

ரிங்கோ மருதநாயகத்திடம், "ஃபக்கின் மர்த்தா யுவர் ஹாண்ட் இஸ் ஜஸ்ட் லைக் எ டீனேஜ் கேள்ஸ் சாஃப்ட் ஹாண்ட்... டூ சம் ஒர்க்

வித் யுவர் ஃபக்கின் ஹாண்ட் அண்ட் மேக் இட் ஹார்ட்..,'' என்றான்.

மருதநாயகம் பிள்ளை மனதுள் கடுவா சொன்னது நினைவு வர, 'ஆகா... அதுக்குள்ள ரெண்டுதடவ ஃபக்கின் சொல்லிட்டாங்..' என்று தன் மீசையை முறிக்கினார்.

அடுத்ததாக ரூபன் எழுந்து வந்து கை கொடுத்தான். அவன் கை குலுக்கலும் மிக அழுத்தமாக இருந்தது.

"தாயோளியோ..இவனுவோ கை கொடுத்தே நம்ம கைய ஒடச்சுப் போடுவானுவோ போலுக்கே.."என்று மருதநாயகம் மனதுள் மருண்டார்.

மருதநாயகம் பிள்ளையின் நிலமையை புரிந்து கொண்ட கடுவா மூர்த்தியா பிள்ளை இருவரையும் நோக்கி, முதுகு லேசாக வளைத்து..கை எடுத்து கும்பிட்டு தன் கையை தப்ப வைத்துக் கொண்டார்.

மருதநாயகம் பிள்ளை ரிங்கோவுக்கும், ரூபனுக்கும் மாலை அணிவித்து, பூச்செண்டுகளைக் கொடுத்தார்.

இருவரையும் அமரச்சொல்லி இருக்கையைக் காட்டினான் ரிங்கோ. அனைவரும் அமர்ந்தனர்.

கக்கோடன் கொட்டாரத்தின் உள்வாசலருகே நின்று வாயிற்காவலனுடன் பேசிக்கொண்டிருந்தான்.

''ஒம்ம உள்ளாக்க கூப்பிடல்லையா?,'' வாயிற்காவலன் கக்கோடனைக் கேட்டான்.

“நல்ல கத..நம்மோ எடுபிடி இல்லியா..நம்மள அவமாருக்க ஆவசியத்துக்கு வச்சிக்கிடுவானுவோ..மத்தபடி நம்மள பொறத்ததான விடுவானுவோ... இந்த ஏமாமாரப் பத்தி ஒனக்குத் தெரியாதா?,'' என்று அவனைக் கேட்டான் கக்கோடன்.

13

ராஜா கூடத்தினுள் நுழைந்தார். மருதநாயகம் பிள்ளையும், கடுவா மூர்த்தியா பிள்ளையும், வளைத்த மூங்கிலை விட்டால் எப்படி சடாரெனற்று எழும்புமோ அதுபோன்ற வேகத்தில் இருக்கையில் இருந்து எழுந்தனர்.

ரிங்கோவும், ரூபனும் சுருட்டுப் பற்றவைத்தபடி கால் மேல் கால் போட்டு அமர்ந்திருந்தனர். மருதநாயகம் ராஜாவுக்கும் மாலை அணிவித்து பூச்செண்டினைக் கொடுத்தார்.

ராஜாவும் வெள்ளைக்காரத் துரைகளைப் போலவே உடை அணிந்திருந்தது மருதநாயகம் பிள்ளைக்கு வியப்பாய் இருந்தது. கடுவாவைப் பார்த்தார், அவரும் வாய் பிளந்து ராஜாவையேப் பார்த்துக் கொண்டிருந்தார்.

மருதநாயகம் பிள்ளை மனதுள், 'இந்தப் பயலுவோ நம்ம ராசாவையும் விசர்த்து ஊத்துக துணிகளப் போட வச்சிப் போட்டானுவோ...ராசாக்கு நல்லாத்தாங் இருக்கு...நம்மளும் ஒரு நாளாவது இதுபோல போட்டு ஒரு படம் எடுத்து வைக்கணும்...இல்லண்ணா போட்டது மாதிரி எவனையாவது வச்சி வரையச் சொல்லணும்' என எண்ணிக் கொண்டார்.

'எளவுடுத்தப் பயலுவோளுக்க நெறம்... என்னா நெறம்.' என மீண்டும் எண்ணிக்கொண்டார்... "இருட்டுல அவுத்துப் போட்டா எல்லா எளவும் ஒரே நெறம் தாலா" என்று சமாதானப் படுத்திக் கொண்டார்.

ராஜா, புலி வேட்டைத் திட்டத்தை விளக்குமாறு ரிங்கோவை நோககி ஆஙகிலததில சொனனாா.

ரிங்கோவும், ரூபனும் தங்கள் திட்டத்தை சொல்ல, மொழி பெயர்ப்பாளன் பறக்கை தாமோதரன் பிள்ளை அதனை மலையாளமும், தமிழும் கலந்து விளக்கினான்.

'திட்டப்படி அதி ராவிலே ரெண்டு மணிக்கு கொட்டாரத்திலே இருந்து ஒரு ப்ளஷர் காரிலே ரிங்கோ துரையும், ரூபன் துரையும் புறப்படுவார்கள். மருதநாயகம் பிள்ளையும், கடுவா மூர்த்தியா பிள்ளையும், அவர்களது உதவியாளனும் மற்றொரு காரில் பின் தொடர்வார்கள்.

மருதநாயகம் போகும் காரில் உணவுப் பொருட்கள், மது பானங்கள், குடிநீர் மற்றும் பழங்கள் வைக்கப்படும், வழியில் தடிக்காரன் கோணத்தில் வண்டிகள் அரை மணி நேரம் நிறுத்தப்படும். காலை உணவை முடித்து விட்டு ஆறு மணியளவில் கீறிப்பாறையை அடைய வேண்டும்.

சற்று ஓய்வு எடுத்து விட்டு தேவையான தண்ணீர், உணவுப் பைகள், மது பானங்கள், ஆயுதங்கள் எடுத்துக் கொண்டு ஏழு மணிக்குள் புலி வேட்டைக்காக காட்டினுள் நுழைய வேண்டும்.

ஒவ்வொருவரின் துப்பாக்கிக்கும் அதற்கான இருபத்தி ஐந்து குண்டுகள் தரப்படும். புலியைத் தவிர தேவையின்றி மற்ற விலங்குகளைச் சுடக் கூடாது.

மிக அவசியத் தேவையின்றி குழுவிலிருந்து தனியாகப் பிரிந்து செல்லக்கூடாது. 'ஹைனெஸ்'என்பது சமிங்ஞை சொல், பதிலுக்கு 'எஸ் ஹைனெஸ்' என்று கத்த வேண்டும்.

நாட்கள் கணக்கில்லை, ஒரு புலியையாவது சுட்ட பின்பு தான் திரும்ப வேண்டும். உணவுக்காக மட்டும் சிறு விலங்குகள் வேட்டைக்கு அனுமதி உண்டு, இவ்வாறு ரிங்கோ கூறியதை பறக்கை தாமோதரன் பிள்ளை சொல்லி முடித்து ரிங்கோவின் கையிலிருந்த அழகிய ஆங்கில எழுத்துகளில் மையால் எழுதப்பட்டிருந்த காகிதத்தை மருதநாயகம் பிள்ளையிடம் கொடுத்தான்.

தமிழே சரியாகப் படிக்கத் தெரியாத மருதநாயகம் பிள்ளை, பரிதாபமாகக் கடுவா மூர்த்தியைப் பார்த்தார், கண்ணைக் காட்டி அருகில் அழைத்தார். கடுவா, 'எனக்கு என்ன எளவு தெரியும்' என்பது போல சைகை செய்தார்.

"ஓ ஃபக்கின் மருத் நாயக் திஸ் இஸ் அவர் டேர்ம்ஸ் அண்ட் கண்டிஷன் ஃபார் தி ஹண்டிங் ஆப்பரேஷன்...யூ சைன் திஸ்'', என்றான் ரிங்கோ.

பறக்கை தாமோதரன் விளக்க, மருதநாயகம் பிள்ளை ராஜாவைப் பார்த்தார். ராஜா 'போடு' என்பது போல தலையையும், கையையும் அசைத்தார்.

மருதநாயகம் வேளிமலையின் ஏற்ற இறக்கங்களைப் போல தன் பெயரை அந்த காகிதத்தின் அடிப்பகுதியில் எழுதினார்.

"எளவுடுத்தவனுவோ எனத்தய எழுதி வச்சிருக்கானுவளோ...வெள்ளரி ஏலாவ எழுதி வாங்கிட்டானுவளோ...ஒரு மயிரும் விளங்கல்ல... பாப்போம், ராசா சொல்லிதாலா போட்டோம்'', என்று மனதுள் நினைத்தார்.

கடுவா மூர்த்தியா பிள்ளை அவருக்கு கொடுக்கப்பட்ட

காகிதத்தில் கையெழுத்துப் போட்டார். கக்கோடனை கணக்கிலேயே எடுக்கவில்லை.

ரிங்கோவும், ரூபனும் தங்கள் பிச்சிப்பூ மாலையை முகர்ந்து, அதன் சுகந்தத்தை ரசித்துக் கொண்டே இருந்தனர்.

அந்த ஒப்பந்தத்தில், "ஒருவேளை வேட்டையில் உயிருக்கு ஆபத்து ஏற்பட்டாலோ, உடல் ஊனமாகிப் போனாலோ...அவரது குடும்பம் இப்பொழுது எவ்வளவு வசதியுடன் இருக்கிறதோ, அதே வசதியுடன் அவர்களை இறுதிவரை காப்பாற்ற ஒப்புக்கொள்வதாக இருந்த பகுதியில் ரிங்கோ ஏற்கனவே கையொப்பம் இட்டிருந்தான். கையொப்பமிட்ட காகிதங்கள் ராஜாவிடம் கொடுக்கப்பட்டது. அவரும் கையெழுத்திட்டு தன் உதவியாளரிடம் அவற்றைக் கொடுத்து பத்திரமாக வைத்துக்கொள்ள சொன்னார்.

14

ரிங்கோ தன் தோல் பையைத் திறந்து பச்சை நிற சாராய குப்பியை வெளியெடுத்தான். ராஜா பணியாளை நோக்கி சைகை காட்ட, வெள்ளிச் சொம்பில் தண்ணீரும், மூன்று வெள்ளித் தம்ளரும், இரண்டு பித்தளை தம்ளரும் கொண்டு வரப்பட்டன.

ரிங்கோ அவற்றில் சரக்கை கொஞ்சம், கொஞ்சம் ஊற்றினான். அனைவரையும் நோக்கி எடுத்துக் கொள்ள சைகை செய்தான். ராஜாவின் தம்ளரை எடுத்து அவரிடம் ரிங்கோ கொடுத்தான்.

ராஜா தண்ணீர் சேர்க்க எழுந்தார். ரிங்கோவும், ரூபனும் தண்ணீர் சேர்க்காமலேயே எடுத்துக் கொண்டனர். மருதநாயகம் பிள்ளையும், கடுவாவும் தங்கள் பித்தளைத் தம்ளரில் தண்ணீர் சேர்த்து எடுத்துக் கொண்டனர். ரூபனும், ரிங்கோவும் தம்ளர்களை உயர்த்தி 'சியர்ஸ்'என்றனர். ராஜாவும் சியர்ஸ் சொன்ன பிறகு, மருதநாயகமும், கடுவாவும் 'சியர்ஸ்' சொல்லி கப்பென்று ஒரே மடக்கில் குடித்து விட்டு தம்ளரை 'தட்'டென்று மர மேஜையில் வைத்தனர். வறுத்து வைத்திருந்த முந்திரியை அள்ளி வாயில் போட்டுக் கொண்டனர்.

ரூபனும், ரிங்கோவும், ராஜாவும் இவர்களை நோக்கி சிரிக்க, மருதநாயகமும் சிரித்தார். கடுவா மூர்த்திக்கு சந்தேகம் வந்தது... 'இவனுவோ... நம்மளப் பாத்து கொதர்க்கமா சிரிக்கது போலல்லா இருக்கு', ஏன்று நினைத்தார்.

பறக்கை தாமோதரன் பிள்ளை தனக்குத் தராமல் அனைவரும் குடிப்பதை ஏக்கமாய் பார்த்துக் கொண்டிருந்தான். முன்பெல்லாம அவனுக்கும் கொடுப்பார்கள்.

ஒரு முறை திருவனந்தபுரம் அரண்மனையில் வைத்து அனைவரும் குடிக்கும் போது, ராஜா பறக்கை தாமோதரன் பிள்ளையிடம், ''ஈ சாய்ப்பன்மாரு நம்மளே மொட்ட அடிக்கும் எந்நாணு தோநுந்நு,'' என்றார்.

போதையில் இருந்த தாமோதரன் பிள்ளை, உடனே ரிங்கோவைப் பார்த்து, "ஹிஸ் ஹைனெஸ் இஸ் திங்கிங் தட் யூ வில் ஷேவ் ஹிஸ் ஹெட்,'' என்றான். நல்ல வேளை ரிங்கோ அதனை சரியாக கவனிக்காமல் தன் உதவியாளனுடன் எதோ சொல்லிக்கொண்டிருந்தான்.

இப்படி பறக்கை தாமோதரன் மொழிபெயர்த்து சொல்லுவானென்று சற்றும் எதிர்பார்க்காத ராஜா, அவனது கன்னத்தில் ஓங்கி ஒரு அறை விட்டார். அன்றுமுதல் அவனுக்கு குடிக்க கொடுப்பதுமில்லை.

மருதநாயகத்திற்கும், கடுவாவுக்கும், இரண்டு முறை மீண்டும் தம்ளர்களில் சாராயம் ஊற்றப்பட்டது.

இருவருக்கும் சுதி ஏறியிருந்தது. காலையில் சரியாக ஒரு மணிக்கு, தங்களுக்குத் தேவையான பொருட்கள் மற்றும் ஆயுதங்களுடன் கொட்டாரத்துக்கு வந்துவிட வேண்டும் என்று சொல்லி இருவரையும் போக சொன்னார் ராஜா.

தலையசைத்துக் கிளம்பினர் இருவரும். வெளியே கக்கோடன் காத்திருந்தான். அவனுக்குப் புரிந்தது இருவரும் குடித்துள்ளது.

அவர்கள் இருவரும் வில் வண்டியில் ஏற, கக்கோடன் ஓட்டமும், நடையுமாய் பின் தொடர்ந்தான்.

மருதநாயகம் கடுவாவிடம்,''டேய் தொரமாருக்க சரக்கு சரக்குத்தாமுடே... சவம் மெதுவா தூக்கி... எறங்காம அப்படியே நிக்கி பாத்தியா,'' என்றார்.

அதற்கு கடுவா, ''அந்தக் குப்பியில என்ன எழுதியிருந்து பாத்தேரா..வாற்று அறுபத்தி ஒம்பதுண்ணாக்கும்... நம்ம ஊரு வாற்று சாராயம் போலத்தாங் அதும்... என்ன கொஞ்சம் நெறம் சேத்து, பச்சக் குப்பியில அடைச்சி வெச்சிருக்கானுவோ, ஆனா ஒண்ணாம் தர வாற்று''என்றார்.

''டே..நீ வெளஞ்சவனா இருக்கியே... இந்த எளவுடுத்த சங்கதியெல்லாம் எனக்குத் தெரியாது பாத்துக்கோ,'' என்று கடுவாவை பாராட்டினார் மருதநாயகம்.

வீடு வந்தது. நிறைய லாந்தர் விளக்குகளும், தீப்பந்தங்களும் ஏற்றப்பட்டு வீடு பிரகாசமாய் இருந்தது.

15

இருவரும் வராந்தாவில் போடப்பட்டிருந்த நாற்காலிகளில் அமர்ந்தனர். கக்கோடன் வராந்தாத் தரையில் அமர்ந்தான். மணி இரவு ஏழு ஆகியிருந்தது.

நுள்ளியம்மை குளித்து, நல்ல நீல நிறக் கண்டாங்கிப் புடவை கட்டியிருந்தாள். அவள் மருதநாயகம் பிள்ளையிடம் ''ராத்திரிக்கு சாப்பிட என்ன வேணும்?,'' என்று கேட்டாள். பெரிதாக இருவருக்குள்ளும் பேச்சு வார்த்தைகள் இருக்காது.

அவள் அவரிடம்,“தவம் பிள்ளை வந்திருந்தாங்..அவனுக்கு நெய்யூரு ஆசுபத்திரியில கம்போண்டரு வேல கெடச்சிருக்காம்..நாளைக்கு சேர போறானாங்..ஒங்க கிட்ட சொல்ல வந்தாங்... அவங் பொஞ்சாதி உண்டாயிருக்காளாம், இது அஞ்சாமத்ததாக்கும். இப்போதாங் போனான்'' என்றாள்.

''சொல்ல வந்தப் பயலுக்கு நிண்ணு சொல்லிற்றுப் போக நேரமில்லையோ... செரி... இப்பமே நாலண்ணம் பெத்தாச்சு... இது அஞ்சாமத்ததா? இனியுள்ளத நெய்யூரு ஆசுபத்திரில பெத்துத் தள்ளட்டும்...பயலுக்கு ஒரு கணக்கு கெடயாது,'' என்றார் மருதநாயகம் பிள்ளை கோபமாக.

தவம் பிள்ளை மருதநாயகம் பிள்ளையின் முத்த மகன். கல்யாணம் ஆனதிலிருந்து அவர் மனைவி வருடத்திற்கு ஒன்று என்று பெற்றுக்கொண்டிருந்தாள். அதைத்தான் அவர் அப்படிக் கோபமாக சொன்னார்.

''செரி..செரி, ராத்திரிக்கு எங்களுக்கு கோதம்பு ரொட்டியும், சீனி போட்ட பாலும் போரும்..செணம் கெடந்து ஒறங்கிற்று அதிராவில ஒருமணிக்கு கொட்டாரத்துக்கு போணும்..புளியோதர கெட்டியாச்சா?'' என்று கேட்டார்.

''தயாராக்கியாச்சு.. ரொட்டியோ சுட்டாச்சி, சம்மந்தியும் அரச்சாச்சி... எல்லாங் தயாராக்கியாச்சி, தங்கம்ம எல வாட்டுகா... நீங்கோ சாப்பிட்டு முடிச்சதும் பொதி கெட்டீருவோம்...'' என்றாள்.

கடுவா கேட்டார், "ஓய் நீரு ராத்திரிக்கு கோதம்பு ரொட்டிதான் சாப்பிடுவேரோ... சங்கதி இப்பமுல்லா தெரியி... அந்தப் பாட்டு உமக்கா சுட்டிதான் எழுதினானுவளோ?...சண்டாளன் மருதநாயகம் பிள்ள... அவங் சாதியில வெள்ளாள பிள்ள... திங்கதெல்லாம் கோதம்பு ரொட்டி..." என்று பாட ஆரம்பித்தார்.

மருதநாயகம் கோபமாய் கடுவாவைப் பார்த்து,"டேய் கொண்ணேப் போடுவெங்..நிறுத்துலே,'' என்றார்.

கடுவா சிரித்துக் கொண்டே "சும்மா.. கோவப்படாதிரும்.. ஒமக்கிட்ட சாராயம் இருக்கா... போத எறங்கிப் போச்சு..,'' என்றார்.

"எங்கிட்ட நல்ல ஒண்ணாந்தரம் சாராயம் ஒரு குடுக்க இருக்கு, மத்ததுக்கக் கூட இதக் குடிச்சா ஆளச் சாத்திப்போடாதா?'' என்று கேட்டார். அவருக்கும் இன்னும் கொஞ்சம் குடிக்க வேண்டுமென்றே இருந்தது.

கக்கோடனிடம்,"லே மேல எங் கட்டிலுக்கு கீழே ஒரு சொரக் குடுக்க சாத்தி வச்சிருக்கேங்..எடுத்துட்டு வாலே,'' என்றார்.

கக்கோடனுக்கு புல்லரித்தது... கண்டிப்பாக அவனுக்கும் கிடைக்கும்... பாடி நோக்கி ஓடி எடுத்து வந்தான்.

மருதநாயகம் பிள்ளை நுள்ளியம்மையை அழைத்து இரண்டு வெள்ளி தம்ளர்களும், தண்ணீரும் கொண்டுவரச் சொன்னார். இருவரும் வெள்ளித் தம்ளர்களில் சாராயம் ஊற்றி தண்ணீர் சேர்த்துக் குடிக்க ஆரம்பித்தனர்.

கக்கோடன், தான் தண்ணீர் குடிக்க வைத்திருந்த சிரட்டையை எடுத்து வந்து,“ஏமாங்..எனக்கும் கொஞ்சம் இதில ஊத்தணும்... நாக்கு விறு விறுண்ணு வருவு..,'' என்றபடியே சிரட்டையை நீட்டினான்.

சிரட்டையின் முக்கால் அளவு ஊற்றிக் கொடுத்தார். ஒரே மூச்சில் குடித்து முடித்துவிட்டான் கக்கோடன். பொரித்த கிழங்கு அப்பளங்களை தங்கம்மை கொண்டு வைத்தாள்.

‘அந்த மயிரப் புடுங்குன ராசாக்கு நம்மொண்ணா எளப்ப மயிராக்கும்... நமக்கு பித்தளை தம்ளர்ல சாராயம் தாரேரு...நம்மோ என்ன கொறஞ்சவம்டே... அதாங் இப்போ வெள்ளித் தம்ளர்ல குடிக்கோம்,'' போதை ஏற மருதநாயகம் பிள்ளை சொன்னார்.

''பின்னயில்லாம... நமக்கிட்டயும், எவ்வளவு எடங் கெடக்கு, எம்புட்டு ஏலா கெடக்கு, எத்தனை ஆயிரம் தேங்கா வெட்டுகு, எத்தனை கோட்ட நெல்லு வருகு? அவரு ராசாண்ணா... நம்மோ சின்ன ராசா...'' என்று குளறியபடியே கடுவா சொன்னார்.

''போரும்... கண்டமானம் குடிச்சிராத...ஒரு மணிக்கு

போணும்" என்றார் மருதநாயகம், இதற்கிடையில் கக்கோடன் தன் சிரட்டையை தானே நிரப்பிக் கொண்டான்.

"லே கக்கோடா... மோனே...போரும் நீ குடிச்சது... நாளைக்கு புலி வேட்டைக்கு போயி போதையில புலிக்க வாயிலப் போய் விழுந்திருவ...நாளைக்கு சாராயமெல்லாம் நம்மோ வண்டிலேதான் வருகுண்ணுட்டு, எடுத்து குடிச்சிப் போடாத...அந்த தொட்டிப் பய ரிங்கோ புலிக்குப் பதிலா நம்மள சுட்டுப் போடுவாங்...," என்று சிரித்துக்கொண்டே சொன்னார்.

கக்கோடன், "அவ்விய நமக்கு குடிக்கத் தரும்..தொரமாரு அந்த காரியத்தில நல்லவமராக்கும்," என்றான்.

நுள்ளியம்மை சாப்பிட அழைத்தாள். இருவரும் சற்று தள்ளாட்டத்துடன் சாப்பாட்டு அறைக்குள் போனார்கள். கக்கோடன் குடுக்கையை குலுக்கிப் பார்த்தான், கொஞ்சம் இருந்தது...அப்படியே வாயில் ஊற்றிக் கொண்டான். வராந்தா ஓரத்தில் வழக்கம் போல சாப்பிட அமர்ந்தான்.

இரவு பனிரெண்டு மணிக்கு வராந்தாவில் படுத்திருந்த கக்கோடனை தங்கம்மை எழுப்பினாள். அவன் எழுந்து கிணற்றடிக்குப் போய் தண்ணீர் இறைத்துக் குளித்தான். பனிக்குளிரும், கிணற்று தண்ணீரின் குளிருமாய் அவன் உடல் நடுங்கியது, ஆயினும் குளித்து முடித்ததும் மிகவும் புத்துணர்வை அடைந்தான்.

மருதநாயகம் பிள்ளைக்கும், கடுவாவிற்கும் சுடு தண்ணீர் போட்டு தங்கம்மை தயாராக வைத்திருந்தாள். இருவரும் விரைவாகக் குளித்து உடைகள் மாற்றி கிளம்பத் தயாராயினர்.

16

வில் வண்டி வந்து நின்றது. வேலப்பனும், கக்கோடனும், தங்கம்மையும் கொண்டு செல்ல வேண்டிய துப்பாக்கிகள், தோட்டாக்கள், வெட்டரிவாள், உண்டிவில், புளியோதரை, ரொட்டி போன்ற அனைத்து சாதனங்களையும் வண்டியில் ஏற்றினர். மருதநாயகம் பிள்ளையும், கடுவா மூர்த்தியா பிள்ளையும் வண்டியில் ஏறிக்கொண்டனர். நுள்ளியம்மை வெளி வாசலுக்கு வந்து வழியனுப்பினாள். வேலப்பன் வில் வண்டியை ஓட்டினான்.

கொட்டாரத்துக்குப் போகும் வழியில் இருக்கும் இலங்கத்து அம்மன் கோவில் முன் வண்டி நின்றது. மருதநாயகமும், கடுவா மூர்த்தியும், நடந்து வந்து கொண்டிருந்த கக்கோடனும் பூட்டியிருந்த இலங்கத்து அம்மன் கோவிலின் கதவருகே போய் வேண்டிக்கொண்டு புறப்பட்டனர்.

காலையில் சரியாக இரண்டு மணிக்கு இரு வாகனங்களும் புறப்பட்டன. ரிங்கோவும், ரூபனும் இருந்த காரினை மாணிக்க செட்டியாரும், மருதநாயகம் பிள்ளை, கடுவா மூர்த்தியா பிள்ளை மற்றும் கக்கோடன் இருந்த காரினை சந்திரக் கோனாரும் ஓட்டினார்கள்.

வெள்ளைக் காரர்கள் தங்கள் வசதிக்காகவும், போகும் இடங்களில் மொழிப் பிரச்சனையை சமாளிக்கவும், சிறிதளவு

ஆங்கிலம், தமிழ் மற்றும் மலையாளம் தெரிந்த நபர்களை தங்கள் ஓட்டுனர்களாக வைத்திருந்தனர்.

நல்ல இருளில் இரு வாகனங்களும் பளீரென்று முன் விளக்கிட்டு, கோட்டை வாசல் தாண்டி வலப்புறம் திரும்பி முட்டைக்காடு வழி செல்ல ஆரம்பித்தன.

நல்ல குளிர். சாலை சற்று குண்டும் குழியுமாக இருந்ததால் குலுங்கிக் குலுங்கி செல்ல மருதநாயகமும், கடுவாவும் குறட்டை விட்டு தூங்கி ஒருவர் மீது ஒருவர் சாய்ந்து கொண்டிருந்தனர். ஓட்டுநர் பக்கத்தில் அமர்ந்திருந்த கக்கோடனுக்கும் தூக்கம் சுழற்றியது. சிரமப்பட்டு விழித்திருந்தான்.

சாலையின் குறுக்கே பாம்புகள் ஓடின, அடர்ந்த காட்டுவழிப் பயணம் தொடர்ந்தது. பிரம்மாண்டமாய் வளர்ந்திருந்த அயனி மரங்களிலிருந்து பழுத்த அயனி சக்கைகள் உதிர்ந்து சாலையெங்கும் கிடந்தன. ஆள் நடமாட்டமே இல்லாத வனப்பகுதி.

ரிங்கோவும், ரூபனும் தங்கள் கையில் வைத்திருந்த குப்பியில் இருந்து சாராயத்தைக் குடித்து சுருட்டு பிடித்தபடி ஏதோ பேசிக்கொண்டு, காட்டையும், குளிரையும் ரசித்துக் கொண்டிருந்தனர்.

தன்னையும் அறியாமல் தூங்கிப்போன கக்கோடனை ஓட்டுநர் சந்திரக் கோனார் எழுப்பினான்.“ஓய் எந்திரியும்... ஒமக்க ஏமாமார எழுப்பும்... தடிக்காரங்கோணம் வரப்போகு... தொரைகோ வண்டி இங்க நிக்கும்,’’ என்றான்.

கக்கோடன் பின்னால் திரும்பி, இருவரையும் எழுப்பினான். கரை தொட்டு நிறைந்து ஓடிக்கொண்டிருந்த ஆற்றின் கரையில், ஒரு அரசமரத்தடியில் துரைமார்கள் சென்ற வண்டி நின்றிருந்தது. அதற்கு பின்னால் இவர்கள் வண்டி வந்து நின்றது. இருள் அடர்ந்திருந்தது.

கக்கோடன் காரின் பின் பக்கம் வந்து தீப்பந்தங்களின் கட்டிலிருந்து ஒரு தீப்பந்தத்தை எடுத்து எண்ணெயில் நனைத்துக் கொளுத்தினான். சில் வண்டுகளின் ரீங்காரமும், ஆந்தைகளின் சப்தமும், ஆற்றின் நீர்போக்கின் மெல்லிய சப்தமும் கேட்டுக் கொண்டிருந்தன.

ரிங்கோவும், ரூபனும் ஆற்றில் முகம் கழுவினர். மருதநாயகம் பிள்ளையும், கடுவாவும் கொட்டாவி விட்டபடியே சென்று முகம் கழுவி வாய் கொப்பளித்து வந்தனர். கக்கோடன் சற்று தூரத்தில் ஒரு பெரிய மரத்தின் பின்னால் ஒதுங்கினான்.

ரூபன், மருதநாயகம் வந்த வண்டியின் பின்புறம் சென்று ஒரு மது குப்பியை எடுத்து, கண்ணாடிக் கோப்பைகள் இருந்த பெட்டியில் இருந்து ஐந்து கோப்பைகளை எடுத்தான். ஓட்டுநர்களைத் தவிர்த்து ஆளுக்கொரு கோப்பையைக் கொடுத்தான்.

கக்கோடன் எங்கேயென்று கேட்டான். தூரத்தில் கக்கோடன் ஆற்றில் கழுவிக்கொண்டிருப்பதை ரிங்கோ காட்டினான். அனைவரும் சிரித்துக் கொண்டனர். கக்கோடனும் வந்து சேர்ந்தான்.

அனைவரின் கோப்பைகளிலும் மதுவை ஊற்றினான். மருதநாயகம் பிள்ளையும், கடுவா மூர்த்தியா பிள்ளையும் வெறும் வயற்றில் குடித்துப் பழக்கமில்லாதவர்கள்.

கடுவா, ரூபனிடம் சைகையில் தாங்கள் சாப்பிட்டபின் குடிக்கிறோம் என்றார். அவன் சிரித்துக் கொண்டே வலக்கை கட்டை விரலை உயர்த்திக் காட்டினான்...சரியென்பது போல. கக்கோடன் தன் கோப்பையில் இருந்த சாராயத்தை ஒரே மடக்கில் குடித்து முடித்தான், மருதநாயகம் பிள்ளை அவனை முறைத்தார்.

கிழக்கே லேசாக செந்நிறம் ஏற ஆரம்பித்தது. அனைவருக்கும் ரொட்டியும் ஜாமும் ஒரு ஏத்தன் பழமும் கொடுக்கப்பட்டது. ரிங்கோ சுருட்டுப் பற்றவைத்துக் கொண்டே மருதநாயகத்தைப் பார்த்து,"மர்த்தா... ஆர் யூ எஞ்சாயிங்?" என்று கேட்டான்... லேசாக புரிந்து கொண்ட மருதநாயகம் ''ம்..ம்..'' என்றார். கடுவாவும் தலையசைத்தார்.

"என்ன கேட்டாவோ" என்று கேட்ட கக்கோடனை நோக்கி கடுவா "ஓங் அம்மைக்க தாலி...வெறும் வயத்துல குடிக்கியாலே?" என்று கோபப்பட்டார்.

சாப்பிட்டபின் மருதநாயகமும், கடுவாவும் தங்கள் கோப்பையில் இருந்த சரக்கை குடித்தனர். இருவரும் சுருட்டு பற்றவைத்து வண்டியில் ஏறினர்.

மீண்டும் பயணம் தொடர்ந்தது. திட்டமிட்டபடி கீரிப்பாறை வனப்பகுதிக்குள் வண்டிகள் வந்து சேர்ந்தன.

சற்று ஓய்வுக்கு பின் அனைவரும் காட்டுக்குள் செல்ல தயாராயினர். தங்கள் உணவுப் பொருட்கள் இருந்த பெரிய

பையை கக்கோடன் எடுத்துக் கொண்டான். தன் வெட்டரிவாளையும், உண்டி வில்லையும், கம்பையும் எடுத்துக் கொண்டான். தோல் பைகளில் இருந்த தண்ணீரை ஆளுக்கு ஒன்றாக எடுத்துக் கொண்டனர். கண்ணாடிக் கோப்பைகளையும், ஐந்து மது புட்டிகளையும் ரிங்கோ தன் கை பையில் வைத்துக்கொண்டான். இன்னும் இரண்டு மது புட்டிகளை ஒரு பையில் போட்டு கடுவாவிடம் கொடுத்தான்.

ரூபனும், ரிங்கோவும் தங்கள் தோள் பையில் ரொட்டிகள், ஜாம், கூடாரத் துணிகள், கத்தி போன்றவற்றை வைத்துக் கொண்டனர்.

கக்கோடனைத் தவிர அனைவரும் தங்கள் துப்பாக்கி, தோட்டாக்களை எடுத்துக் கொண்டனர்.

ஓட்டுனர்கள் இருவரும் அங்கேயே இருக்க வேண்டும். அவர்களுக்கான சாப்பாடும் தண்ணீரும் வண்டியிலேயே உள்ளதென்று ரிங்கோ சொன்னான். அவர்களுக்கு ஒரு மது புட்டியைக் கொடுத்தான்.

சூரியன் உதித்து விட்டது, காடு பெரும் பரப்பில் அடர்ந்த மரங்கள், செடிகள், கொடிகளுடன் விரிந்து கிடந்தது... உள்ளே போகப்போக அடர்த்தியான மரங்கள். அனைவரின் துப்பாக்கிகளும் தோட்டா இடப்பட்டு சுடும் நிலையில் தயாராக இருந்தது. சில இடங்களில் உயரமான பாறைகளில் ஏறி இறங்க வேண்டியது வந்தது. சில இடங்களில் முட் புதர்களை வெட்டி கடக்க வேண்டியிருந்தது. ரூபனும், ரிங்கோவும் தங்கள் கையில் இருந்த நீண்ட வாளால் வெட்டியபடியே முன்னேறினர்.

17

கக்கோடன், கடுவா மூர்த்தியா பிள்ளை, மருதநாயகம் பிள்ளை இருவரின் பின்னால் தன் வெட்டரிவாளை வலக் கையிலும், கம்பை இடக்கையிலும், உண்டி வில்லை இடுப்பிலும் வைத்து, தோள் பையில் கனமான உணவுப் பொதிகளையும், தண்ணீர் பையையும் சிரமப்பட்டு தூக்கி நடந்தான்.

ரிங்கோவும் ரூபனும் ஒவ்வொரு சப்தத்தையும் கூர்ந்து கேட்டபடி முன்னால் போய்க்கொண்டிருந்தனர்.

எங்கும் மண்டிக்கிடந்த வளர்ந்த ஈர புற்கள் தொடைவரை துணிகளை ஈரமாக்கியது. கடுவா மருதநாயகத்திடம் சொன்னார், “ஓய் இன்னும் கொஞ்சம் போனா ஒரே சுக்கு நாறிப் புல்லாக் கிடக்கும்...அதுக்கு எடையிலதாங் இந்த எளவுடுத்தப் புலியோ கெடக்கும் பாத்துக்கிடும்... கண்ணில பட்டா ஒடனே நெத்திக்கு வெடி வச்சிரணும்... உண்ட வேற எங்கியாவது பட்டுண்ணா... சரக்கு ஓடிவந்து நம்மளப் போட்டுரும்...”என்றார்.

மருதநாயகம் பிள்ளைக்கு அந்தக் குளிரிலும் வியர்த்தது. கடுவா மூர்த்தியா பிள்ளைக்கு பின்னால் அவர் நடந்து கொண்டிருந்தார். ஒரு பெரிய கீரி புதருள் இருந்து சாடி கடுவாவுக்கும், மருதநாயகத்திற்கும் இடையில் ஓடியது. “யாத்தா”என அலறினார் மருதநாயகம்.

சத்தம் கேட்டு ரிங்கோவும் ரூபனும் சட்டென்று துப்பாக்கியைத் திருப்பியபடி,“வாட் தி ஃபக் ஹாப்பெண்ட்?”என்று கேட்டான் ரிங்கோ.

“கீரி...கீரி” என்று சொன்னார் மருதநாயகம். ”டோன்ட் ஷவுட்,” என்று ரிங்கோ கோபமாய் வாயில் விரல் வைத்துக் காட்டினான்.

கடுவா மருதநாயகத்தின் பக்கத்தில் வந்து மெதுவாய் சொன்னார், “இந்தப் பயக்களுக்கு வெவரமே கெடயாது... வரப்போ ரெண்டு ஆட்டுக் குட்டியள தூக்கிற்று வந்து ஒரு மரத்தில கெட்டிப் போட்டுட்டு..ஆளுக்கு ஒரு மரத்துல கெயறி இருந்தா... ஆட்டு மணத்த மோப்பம் பிடிச்சு புலி தானே இங்ஙண வரும்..மேல இருந்து குறி பாத்து... பொட்டுன்னுப் போட்டிரலாம்..,” என்றார். ஆமோதிப்பது போல தலையை அசைத்தார் மருதநாயகம் பிள்ளை... அவரால் பேச முடியவில்லை. வியர்வை அவர் பட்டுச் சட்டை மொத்தமும் நனைத்திருந்தது.

காட்டுக்குள் வெகு தூரம் வந்து விட்டனர். கக்கோடன் குச்சிகளை உடைத்து ஆங்காங்கே போட்டு வந்தான்.“அங்க என்ன மயிரிலே நொடிச்சு நொடிச்சு போடுக?”, என்று கடுவா திரும்பிப்பார்த்து கக்கோடனைக் கேட்டார்.

“அங்ஙத்த...நமக்கு திரும்பி வர வழி தெரியணுமுல்லா?,” என்றான் கக்கோடன். தூரத்தில் ரிங்கோவின் காக்கி நிறுத் தொப்பியும், ரூபனின் ஊதா நிறத் தொப்பியும் புதர்களிடையே நகர்வது தெரிந்தது.

“அவமாரு ரொம்ப தூரம் தள்ளிப் போயிற்றானுவோ...கொஞ்சம் வெரசா நடங்கடே... புலி,கிலி

வந்துன்னா... பெரிய சீண்டரமாப் போயிரும் கேட்டியா'', என்றார் மருதநாயகம்.

வேகமாக நடக்க ஆரம்பித்தனர். தூரத்தில் 'ஹைனெஸ்'என்ற ரூபனின் குரல் கேட்டது, உடனே கடுவா மூர்த்தி "எஸ் ஹைனெஸ்" என்று பதில் குரல் கொடுத்தார். அனைவரின் உடைகளிலும் சுக்கு நாறிப் புற்களின் அரிசி போன்ற விதைகள் ஒட்டியிருந்தன.

"டே கடுவா... இவனுவோ நம்மள நடத்தியேக் கொண்ணு போடுவானுவோ... போலுக்கு... இதுவரை இவளவு நடந்ததே கெடயாது கேட்டியா... லங்கோட்டுவரைக்கும் நனஞ்சுப் போச்சு பாத்துக்கோ," என்றார் மருதநாயகம் பிள்ளை.

"எனக்கு மட்டும் என்னா...அதே சங்கதி தாலா," என்றார் கடுவா.

"எனக்கு செரமம் ஒண்ணும் இல்ல... நாங் வேளிமலை உச்சி வர பலதடவ கேறினவனாக்கும்... இந்த பைகளுக்க கனம் தாங் கொஞ்சம் கூடுதலா இருக்கு...," என்றான் கக்கோடன்.

"வேளிமலை உச்சியில கேறி...என்னலே... கொடியா நட்ட? பட்டிப் பயலே... மனிசங் மூச்சி முட்டிக் கெடக்கையிலயாக்கும்... மூக்குப்பொடி போடுகியான்னு கேக்கது போல பேசாப்பிடாது," என்று மருதநாயகம் பிள்ளை கக்கோடனை நோக்கி சொன்னார்.

சற்றுத் தொலைவில் ஒரு அடர்ந்த நாவல் மரத்தின் நிழலில் ரிங்கோவும், ரூபனும் குத்தவைத்து அமர்ந்திருப்பது தெரிந்தது. இருவரும் தங்கள் துப்பாக்கியை தரையில் ஊன்றி இடக்கையால் பிடித்திருந்தனர்.

ரூபன் தன் துப்பாக்கியை தரையில் வைத்து விட்டு, தொப்பியையும் சட்டையையும் கழற்றினான். அவனது வெளுத்த தேகம் சிவந்து கிடந்தது. செம்பட்டை முடி வியர்வையில் நனைந்து போயிருந்தது. ரிங்கோ தன் மொட்டைத்தலை வியர்வையை விரலால் வழித்து வீசினான்.

‘‘சாயிப்பமாரு... தளந்து போயிற்றானுவோ...இனி சாராயம் குடிச்சாத்தாங் நடப்பானுவோ...,’’ கக்கோடன் தன் இடத் தோளில் தொங்கிய பையை மெதுவாக வலத் தோளுக்கு மாற்றியபடியே சொன்னான்.

மூவரும் மர நிழலுக்கு வந்தனர். காடு தன் மணத்தைப் பரப்பிக் கொண்டிருந்தது. வித விதமான பறவைகளின் ரம்மியமான சத்தம்.

‘‘வீ வில் ஹவ் சம் ரெஸ்ட் அண்ட் டிரிங்க்‘ என்று ரிங்கோ சொல்லி சைகையில் காண்பித்தான். கக்கோடனுக்கு இது மிக சரியாக புரிந்தது. மருதநாயகமும், கடுவாவும் பெருமூச்சு விட்டபடி நிழலில் அமர்ந்தனர். அனைவருமே சட்டைகளை கழற்றிக் கொண்டு காற்று வாங்கினர். ரிங்கோ தம்ளர்களில் சாராயத்தை ஊற்றி ஒவ்வொருக்கும் கொடுத்தான்.

மருதநாயகம் கக்கோடனிடம், நெல்லிக்காய் ஊறுகாய் இருந்த பாத்திரத்தை திறக்க சொன்னார். வெட்டிக் கொண்டு வந்திருந்த வாழை இலையில் நெல்லிக்காய் ஊறுகாயை வைத்து அனைவருக்கும் கொடுத்தான் கக்கோடன். ஊறுகாயின் மணமும், சாராயத்தின் நெடியும் காற்றில் பரந்தது.

ரிங்கோவும், ரூபனும் ஊறுகாயினை விரலில் தொட்டு நாக்கில் வைத்தனர். ருசித்தபடியே,‘‘குட் டேஸ்ட்... பட் சோ ஸ்பைசி,’’

என்றான் ரூபன். அவன் சொன்னது ஓரளவு மருதநாயகத்துக்குப் புரிந்தது.

“மை... வைஃப்... அவதான் செய்தா,'' என்றபடியே நெல்லிக்காய் ஊறுகாயைக் காட்டினார்.

''யுவர் வைஃப்?... ஓஹ்... சோ நைஸ்... குட் சைட் டிஷ் ஃபார் டிரின்க்,'' என்றான் ரிங்கோ. அனைவரும் குடிக்க ஆரம்பித்தனர்.

கக்கோடன், முகத்தை ஒருமாதிரியாக வைத்துக் கொண்டு, கப்பென்று ஒரே மூச்சில் குடித்தான்.'நம், நம்..' என்று வாயை திறந்து மூடியபடியே ஊறுகாயிலிருந்த நெல்லிக்காய் துண்டினை எடுத்து வாயில் போட்டான். எதோ திராவகத்தைக் குடித்தவன் போல அவன் முகமிருந்தது.

மருதநாயகம் பிள்ளை கொஞ்சம் குடித்தார். தண்ணீர் சேர்க்காமல் குடிக்கும் சிரமம் அவர் முகத்தில் தெரிந்தது. கடுவா எந்த முகபாவ மாறுதலுமின்றி குடித்து முடித்து ஊறுகாயை நக்கிக் கொண்டார்.

ரூபனும், ரிங்கோவும் மெதுவாகக் குடித்து, மீண்டும் அனைவருக்கும் சிறிது ஊற்றி கொடுத்தனர்.

மருதநாயகம் பிள்ளையின் கண்கள் செக்க செவேல் என மாறியது, அவர் மீசையை நன்றாக முறுக்கி விட்டார். கடுவா மூர்த்தியின் முகத்தில் நிரந்தரமாக ஓர் அசட்டுப் புன்னகை குடியேறியது.

“ஹாய் பிளடி கடுவா...வெயர் ஈஸ் தி டைகர்?'' என்று கேட்டான் ரிங்கோ.

அதற்கு அவர், ''டைகர்... ஒனக்க அண்டிக்க கீளயாலே வந்து... என்ன சூட்டுக்கோண்ணு நிக்கும்.. போய் சத்தித் தேடணும்டே,'' என்றார் அசட்டு சிரிப்புடன்.

ரூபனும், ரிங்கோவும் ஒருவரையொருவர் பார்த்துக் கொண்டனர். ரிங்கோ, ''வீ மைட் ஹாவ் ப்ராட் தட் பறக்கை தாமோதர் பிள்ளை ஃபார் டிரான்ஸ்லேட் திஸ் ஃபக்கின் கைஸ் லாங்குவேஜ்'', என்றான். ரூபன் ஆமோதிப்பதுபோல தலையை ஆட்டினான்.

18

மருதநாயகம் பிள்ளைக்கு சற்று போதை ஏறி இருந்தது. ‘‘தொர... டிரிங்க் குட்...,’’ என்றார். ரிங்கோ சிரித்தபடியே தன் தம்ளரில் மீண்டும் ஊற்றிக்கொண்டான். அந்த குப்பி காலியானது. தன் இடுப்பில் தொங்கிய கடிகாரத்தை பார்த்து ரூபன், ஒரு மணி நேரம் கழித்து மதிய உணவை சாப்பிடலாம் என்றான் ஆங்கிலத்தில். அவன் சொன்னது இவர்கள் மூவருக்கும் புரியவில்லை.

ரிங்கோ சைகையில் விளக்கினான். அனைவருக்கும் சுருட்டு கொடுத்தான், அவனும் ரூபனும் பற்றவைத்துக் கொண்டனர். மருதநாயகமும், கடுவாவும் சுருட்டினை ஆழமாக இழுத்து புகை விட்டனர். கக்கோடன் சற்று தள்ளிப் போய் புகைத்தான்.

ஒருமணிநேர ஓய்வுக்குப் பின் அனைவரும் சாப்பிட ஆரம்பித்தனர். புளியோதரையும், ஊறுகாயும், மோர்மிளகாயும் அந்த காட்டில், பெரும் பசியில் மிகவும் ருசியாக இருந்தது. குடித்திருந்ததுவேறு பசியை அதிகரித்திருந்தது.

ரிங்கோவும், ரூபனும் ரொட்டி ஜாம் தோய்த்து சாப்பிட்டனர், பிறகு கொஞ்சம் புளியோதரையும் ருசி பார்த்தனர். அவர்கள் இருவருக்கும் புளியோதரை மிகவும் பிடித்து விட்டது. மேலும் ஒரு பொட்டலம் புளியோதரை வாங்கி இருவரும் சாப்பிட்டனர்.

அனைவருக்கும் மீண்டும் சுருட்டு கொடுத்தான் ரூபன். சிறிது ஓய்வுக்குப்பின் மீண்டும் நடக்கத் தொடங்கினர். மணி பிற்பகல் மூன்றாகியிருந்தது.

காட்டில் பலவகையான பெரு மரங்கள் மிக அடர்த்தியுடன் கிளைகள் பரப்பி, வெயிலின் தாக்கத்தையும், வெளிச்சத்தையும் உள்ளே விடாமல் லேசான இருளை தந்துகொண்டிருந்தன. குரங்குகளும், உடும்புகளும் ஆங்காங்கே ஓடின. புலிகள் இருப்பதற்கான எந்தத் தடயமும் தெரியவில்லை. காட்டுக் கொடிகளும், குற்றுச் செடிகளும், குன்றி முத்து கொடிகளும், பெயர் தெரியாத பல செடி கொடிகளுமாக காடு விரிந்து கொண்டே இருந்தது.

வெள்ளைக்காரர்கள் இருவரும் முன்னால் செல்ல, இவர்கள் பின் தொடர்ந்தனர். ரிங்கோ தன் நீள வாளால் முன்பிருந்த செடி கொடிகளை வெட்டி பாதை உருவாக்கியபடி சென்றுகொண்டிருந்தான்.

கக்கோடன் சுள்ளிகளை உடைத்துப் போட்டபடியே பின்னால் வந்து கொண்டிருந்தான். சாப்பாட்டிற்குப் பிறகு அவன் சுமந்து வந்த சாப்பாட்டுப் பையின் எடை சற்று குறைந்திருந்தது.

மருதநாயகம் பிள்ளை நடந்து கொண்டே தன் துப்பாக்கியை தோள் மாற்றிக்கொண்டார். அவர் களைத்திருந்தார். வீட்டில் தினமும் மதிய உணவுக்குப் பின் மாலை வரை நன்கு தூங்கும் பழக்கமுள்ள அவருக்கு, இப்போது தூக்கமாக வந்தது. அவர் மெதுவாகவே நடந்து வந்து கொண்டிருந்தார்.

"எலங்கத்தம்மா... எப்படியாவது ஒரு புலிய சுட வச்சுப்போடு... அந்த ஒண்ண வச்சி... இனி உள்ள காலத்தில நாங்

பெரிய வீரண்ணு, சீவங் உள்ள காலம் மட்டுமில்லாம செத்த பெறவும், ஏஞ் சந்ததிகோ என்ன பெருமையோட சொல்லணும்...நா மட்டும் ஒரு புலிய எப்படியாவது சுட்டுப் போட்டேண்ணா... எம் பரம்பரையிலேயே நா தாங் புலி சுட்ட வீரனா இருப்பேங்... அதுக்கு ஒரு வழிய காட்டு". என்று மனதுள் தன் குல தெய்வத்தை வேண்டிக்கொண்டார்.

கடுவா மூர்த்தியா பிள்ளை மதுவின் வீரியத்தில் நெஞ்சு நிமிர்த்தி, மதுக் குப்பிகள், தண்ணீர் மற்றும் துப்பாக்கியை தூக்கிக் கொண்டு வேகமாக நடந்தார். கக்கோடன் சாப்பாட்டுப் பையோடு, தன் வெட்டரிவாள், கம்புடன் அவருக்கு இணையாக நடந்து வந்தான்.

பின்னால் வந்துகொண்டிருந்த கக்கோடனைப் பார்த்து, "லே நேரம் இப்போ செணம் இருட் டீரும்.. ராத்தங்க என்ன செய்யது?... நல்ல பனி விழும் கேட்டியா... எனக்க பையில ஒரு ஜமுக்காளம் இருக்கு," என்றார் மருதநாயகம்.

கடுவா, "என்கிட்டயும் ஒரு ஜமுக்காளம் இருக்கு... கக்கோடா.. ஒனக்கு?," என்று கேட்டார்.

"ஏமாமாரு... ஜமுக்காளம் பொதச்சிற்று கெடக்கணும்... தங்க இடம் பாத்தாச்சிண்ணா... நல்ல தீ மூட்டணும்... இருட்டதுக்குள்ள காஞ்ச வெறவு, சுள்ளியெல்லாம் பெறக்கணும் பாத்துக்கிடும்... தீ சூட்டில சொகமாட்டு கெடக்கலாம்...கேட்டியேளா," என்றான் கக்கோடன்.

"தீ சூட்டில நல்ல குண்டி கிளிய ஒறங்கிரப்பிடாது... ராத்திரியாக்கும் புலியளும், நரியளும், ஓநாயும் வரது...கெவனமா

இருக்கணும்முடே...,'' என்றார் முருதநாயகம் பிள்ளை.

“ஏமாமாரு பேடிச்சாண்டாம்...கக்கோடன் ஒறங்க வரேலல கேட்டியேளா... ஒங்களுக்கு தொணையாட்டாக்கும் வாறெங்...,'' என்றான் கக்கோடன்.

“டே கடுவா...கொஞ்ச நேரம் இருப்போமாடே... காலெல்லாம் விண்ணு,விண்ணுண்ணு ஒளையி பாத்துக்கோ,'' என்றார் மருதநாயகம்.

“அதுக்கு என்னா... அன்னா அந்த அயனி மரத்துக்க மூட்டில்லப் போய் கொஞ்ச நேரம் இருப்போம்...அவமாரு போற பாத தெரியில்லா...புல்லெல்லாங் பூட்ஸ் போட்டு சதைச்சிட்டுல்லா போறானுவோவ்...,'' என்றார் கடுவா மூர்த்தியா பிள்ளை.

அயனி மர மூட்டில் தன் சுமைகளை இறக்கினான் கக்கோடன். கடுவா தன் துப்பாக்கியை அயனி மரத்தில் சாய்த்து வைத்தார். தன் தோள் பையினையும் கீழே வைத்து அமர்ந்தார்.

மருதநாயகம் பிள்ளை துப்பாக்கியை மரத்தில் சாய்த்து வைத்து விட்டு, கைகளை உயர்த்தி சோம்பல் முறித்தார். நிழலில் கால்களை நீட்டி அமர்ந்தார்.

''கக்கோடா கொஞ்சம் காலப் பிடிச்சு விடு... பயங்கர நொம்பலமா இருக்கு,'' என்றார்.

கக்கோடன் மருதநாயகத்தின் கால்கள் பிடித்து விட்டுக் கொண்டிருந்தான். கடுவா தன் கால்களை தானே தடவிக் கொண்டிருந்தார்.

கக்கோடன் கால் பிடிக்கும் சுகத்தில் மருதநாயகம் பிள்ளை, தோளில் இருந்து துண்டினை எடுத்து சுருட்டி தலைக்கு வைத்து சற்று கண்ணயர்ந்தார்.

தொலைவிலிருந்து ரிங்கோவின், “ஹைனெஸ்” என்ற குரல் கேட்டது. மூவரும் வாரிச் சுருட்டி எழுந்தனர், கக்கோடன் தன் சக்தியனைத்தும் திரட்டி வாயில் கைகளைக் குவித்து ‘எஸ் ஹைனெஸ்’ என்று பதில் குரல் கொடுத்தான்.

துப்பாக்கிகளையும், சாதனங்களையும் அவசரமாக எடுத்துக் கொண்டு, புற்களை நெரித்து ரிங்கோவும், ரூபனும் நடந்த பாதை தடத்தில் மூவரும் வேகமாக நடந்தனர். தூரத்தில் அவர்கள் இருவரும் நிற்பது தெரிந்தது.

ரூபனின் இடக் கையில் ஒரு கொழுத்த முயல் துடித்துக் கொண்டிருந்தது. மூவரும் அருகில் சென்றனர். முயலின் கழுத்து அறுபட்டு அது செத்துக் கொண்டிருந்தது.

ரிங்கோ கோபமாக கத்தினான், “வீ ஹவ் அல்ரெடி டோல்ட் யூ கைஸ் டு ஃபாலோவ் அஸ்... யூ ஃபக்கர்ஸ் டோன்ட் மிஸ் அஸ்...”

மூவருக்கும் லேசாகப் புரிந்தது. கக்கோடனிடம் முயலினைக் கொடுத்து, சுத்தம் செய்து சுட்டு எடுத்து வருமாறு சைகையிலும், வார்த்தைகளிலும் சொன்னான் ரூபன்.

கக்கோடன் முயலினை வாங்கி கொண்டு, காய்ந்த புற்கள், சுள்ளிகள், கம்புகளை அடுக்கி, ரூபனிடமிருந்து லைட்டரை வாங்கி தீ பற்றவைத்தான்.

ரிங்கோ, கடுவாவின் பையிலிருந்து ஒரு மது குப்பியை கேட்டான். கோப்பைகளில் அனைவருக்கும் ஊற்றினான்.

19

கக்கோடன், பிச்சுவாக் கத்தியால் முயலின் தலையை வெட்டி எறிந்து விட்டு, அதன் தோலை உரித்தான். கடுவா மூர்த்தியா பிள்ளை தனக்கு ரிங்கோ கொடுத்த சாராயக் கோப்பையை காலி செய்து விட்டு, கக்கோடனின் கோப்பையை எடுத்துக் கொண்டு, அவனிடம் வந்து கொடுத்தார். அவன் குடித்து விட்டு, தோல் உரித்த முயலை சுத்தம் செய்ய, கடுவா தன் தண்ணீர் பையிலிருந்து, நீரை கொஞ்சமாக ஊற்றினார்.

முடிகள் போக கழுவிய முயலின் உடம்பை, தேக்கிலையில் வைத்து, கொண்டுவந்திருந்த மசாலா பொடி, மஞ்சள் பொடி, மிளகாய் பொடி, உப்பு சேர்த்து தண்ணீர் ஊற்றி குழைத்து அதன் உடல் முழுக்கத் தேய்த்தான் கக்கோடன்.

"நல்ல கொழுத்த கடுவன் மொயலு சரக்கப் போட்டுட்டு திங்க செரியா இருக்கும் கேட்டியா," என்றார் கடுவா.

தீ நன்றாக எரிய ஆரம்பித்து விறகுகள் கனலாகிக் கொண்டிருந்தன. கக்கோடன், முயலின் பின்னங் கால்களைப் பிடித்துக் கொண்டு ஒரு கம்பின் உதவியுடன் முயலை தீயில் வாட்ட ஆரம்பித்தான்.

ரிங்கோவும், ரூபனும் கக்கோடன் முயல் சுடுவதையே பார்த்தபடி கொஞ்சம் கொஞ்சமாக குடித்துக் கொண்டிருந்தனர்.

மசாலா மற்றும் தீயில் வாட்டும் முயல் இறைச்சியின் மணம் பரவத்துவங்கியது. கக்கோடன் அதனை நன்றாக சுட்டெடுத்தான்.

மற்றொரு தேக்கிலையில், சுட்ட முயலை ஆவி பறக்க வைத்து வெட்டி துண்டுகளாக்கி, ரிங்கோ முன் கொண்டு வைத்தான்.

ரிங்கோ அனைவர் கோப்பைகளிலும் மீண்டும் சாராயம் ஊற்றி, முயல் கறியும் எடுத்துக்கொள்ள சைகை செய்தான்.

சுட்ட முயலின் இறைச்சியும், தண்ணீர் சேர்க்காத சாராயமும் மிக மிக ருசியாக அனைவர் வயிற்றுள்ளும் இறங்கியது.

கடுவாவிற்கும், மருதநாயகம் பிள்ளைக்கும் மூத்திரம் முட்டிக் கொண்டிருந்தது. சற்று தொலைவினில் சென்று புற்களின் மேல் மூத்திரம் பெய்ய ஆரம்பித்தனர். மூத்திரத்தில் சாராய நெடி வந்தது.

“டேய் கடுவா... ஒரே சாராயமாப் போவுடே... எளவ, தீ வச்சா நிண்ணு எரியும் போலுக்கே...,'' என்றார் மருதநாயகம்.

''ஆமா... ரெண்டு நாளா நெறச்சு குடிக்கோமுல்லா...அதும் தண்ணி கூட சேக்காம, இந்தப் பயக்கக் கூட ஒரு மாசம் சுத்தினா நம்மோ ஈரக்கொல கரஞ்சு... பேதியோட போயிரும் கேட்டீரா...,'' என்று சொல்லி கடுவா சிரித்தார்.

நேரம் மாலையாகிவிட்டது. ரிங்கோவும் ரூபனும் இரவு தங்குவதற்கு தோதான இடம் பார்த்தபடியே நடந்து கொண்டிருந்தனர். இவர்கள் பின் தொடர்ந்தனர்.

கொஞ்ச தூரம் வந்த பிறகு இரண்டு அயனி மரங்களும், ஒரு பெருங் கருங்காலி மரமும், ஒரு புன்னை மரமும் சூழ்ந்து, புற்கள் குறைந்த செம்மண் பகுதியைக் கண்டனர். அவ்விடத்தின் சற்று தொலைவில், பாறைகளுக்கு இடையே ஆழமான சுனையொன்றும் இருந்தது.

சுனைத் தண்ணீர், இளநீல நிறத்தில், அடியாழத்தில் கிடக்கும் சரளைக் கற்கள் தெரிய, மிகத் தெளிவாக இருந்தது. மூன்று பேர்கள் ஒரே நேரத்தில் இறங்கும் அளவிற்கு விஸ்தாரமாகவும் இருந்தது. அந்த சுனையும், இடமும் அனைவருக்கும் பிடித்துப் போயிற்று.

அன்றிரவு அங்கே தங்க முடிவெடுத்தார்கள். அனைவரும் தங்கள் சுமைகளை இறக்கினர். ரூபன் தன் பையிலிருந்து, நீள இரும்பாணிகள் இணைக்கப்பட்டிருந்த மெல்லிய இரண்டு கூடாரத் துணிகளை வெளியே எடுத்தான்.

கக்கோடனைப் பார்த்து ஒரு பெரிய கல்லை எடுத்து வருமாறு சைகையில் அவனுக்கு புரியுமாறு சொன்னான்.

கல் எடுத்து வந்து, ஒவ்வொரு ஆணிகளையும், ரூபனின் உதவியுடன் ஆழமாக அடித்திறக்கினான் கக்கோடன். அப்படி இரு கூடாரங்கள் தயாரானது.

“குளிச்சா நல்ல இருக்கும்,'' என்று கடுவா சொல்ல, “ஆமா...மேலெல்லாம் பிசு பிசுன்னு இருக்கு... சொனத் தண்ணியில குளியப் போடுவோம்... குளிக்கியதுக்கு முன்னெ தண்ணிப் பைகளில தண்ணி நிறச்சிக்கிடுவோம்,'' என்றபடி தன் பையை எடுத்துக் கொண்டார் மருதநாயகம் பிள்ளை.

சைகையால் சுனையை சுட்டிக்காட்டி, குளிக்கப் போவதாய் இடக்கை கட்டை விரலை தலைக்கு மேல் கவிழ்த்துக் காட்டி அவர்கள் இருவரையும் புரிய வைத்து, மூவரும் சுனை நோக்கி நடந்தனர்.

ரிங்கோவும், ரூபனும் மீண்டும் கொஞ்சம் குடித்து விட்டு தங்கள் தண்ணீர் பைகளை எடுத்துக் கொண்டு சுனைக்கு வந்தனர்.

கக்கோடன் அனைவரது தண்ணீர் பைகளையும் சுனைக்குள் இறங்கி நிரப்பிக் கொடுத்தான். கடுவாவும், மருதநாயகமும் கோமணம் கட்டிக்கொண்டு சுனையில் மெல்ல இறங்கினர். தண்ணீர் சிலிட்டிருந்தது அவர்களின் முகம் வழி தெரிந்தது.

கக்கோடன் அனைத்து தண்ணீர் பைகளையும் எடுத்துக் கூடாரம் இருக்கும் இடத்தில் கொண்டு வைத்து, தன் துண்டை மட்டும் கட்டிக்கொண்டு சுனைக்கு வந்தான்.

கடுவா அவனைப் பார்த்து,“லே கக்கோடா... நங்கோ எல்லாரும் குளிச்ச பொறவு நீ குளிச்சா போரும்... அதுவர கரையில இரி..’’என்றார். சரி என்பதாய் தலை ஆட்டினான். அவனுக்குப் புரிந்தது.

ரிங்கோவும், ரூபனும் சுனையின் மறுபுறம் சென்று தண்ணீரை அள்ளியள்ளி முகம் மற்றும் கழுத்தினை நனைத்து கழுவினர்.

கக்கோடன் சுனையின் கரையில் துண்டை கட்டி அமர்ந்திருந்தான். ரிங்கோ தன் சட்டை, கால் சட்டையை கழற்றினான், திடீரென தன் உள்ளாடையையும் கழற்றி கீழே வைத்திருந்த தன் சட்டையின் மேல் போட்டுவிட்டு முழு அம்மணமாய் நின்றான்.

இவர்கள் மூவரும் அதிர்ந்து போயினர். ‘‘தாயோளிக்கு கொஞ்சமாவது வெக்கம் இருக்கா..அம்மண கட்டையா நிக்கான் பாரு,’’ என்றார் மருதநாயகம் பிள்ளை.

‘‘அவமார நாட்டில பொம்பளையளே எல்லாத்தையும் காட்டிட்டுதாங் திரியுமுண்ணு, நம்மோ எரணியலு ஜெட்ஜி வெங்கடராம அய்யர், அங்க போயிட்டு வந்து சொன்னது

ஓர்மையில்லையா..?'' என்று கேட்டார் கடுவா மூர்த்தியா பிள்ளை.

ரூபனும் உடைகளைக் களைந்து அம்மணமாகி, இருவரும் சுனையின் மறுபுறத்தில் நின்றனர். அமர்ந்திருந்த கக்கோடன், குனிந்து தான் கட்டியிருந்த துண்டினைப் பார்த்து மனதுள் நினைத்தான், ''எளவு அளவெல்லாங் கணக்குத்தாங்..நெறம் மட்டும் அவமாருக்கு வெள்ள..'' என்று.

மருதநாயகமும், கடுவாவும் மேலே வந்து தலை துவட்டி உடை மாற்றிக் கொண்டிருந்தனர். ரூபனும், ரிங்கோவும் நிர்வாணமாக சுனையுள் இறங்கி குளிக்க துவங்கினர்.

கக்கோடனைப் பார்த்து சுனையுள் வருமாறு கையசைத்தான் ரூபன், கக்கோடன் உடை மாற்றிக் கொண்டிருந்த கடுவா மூர்த்தியா பிள்ளையையும், மருதநாயகம் பிள்ளையையும் மாறி, மாறிப் பார்த்தான்.

ரூபன் மீண்டும், ''கமான்... கக்கூட... கமான்'' என்று அழைத்தான். இம்முறை கக்கோடன் மருதநாயகத்தையோ, கடுவாவையோ பார்க்காமல், இந்தப்பக்கத்திலிருந்து சுனைக்குள் இறங்கி குளிக்க ஆரம்பித்தான். மருதநாயகமும், கடுவாவும் அவனை கோபமாய் பார்த்தனர். கக்கோடன் அவர்களை கண்டு கொள்ளாமல் ஆனந்தமாய் குளித்தான்.

''யாத்தா...என்ன சொகம் இல்லயாவே...?'' என்று கடுவாவைப் பார்த்து கேட்டார் மருதநாயகம் பிள்ளை.

''பின்ன...செரியான குளியல்லுல்லா... சவம் நடந்து வந்த சடவெல்லாம் பறந்து போச்சே'', என்றார் கடுவா.

‘‘நமக்கு தங்கதுக்கு கிடைச்ச எடம் கொள்ளாம் பாத்துக்கோ...,’’ என்றார் மருதநாயகம்.

‘‘எந்நாலும்... இந்த கக்கோடங் பயலுக்கு கொஞ்சம் கூதி கொழுப்பு கூடுதலு தாங்... தொரமாரு குளிச்ச பொறவு இவங் குளிச்சா என்ன,’’ என்றார் கடுவா கோபமாக.

‘‘அவம் பாட்டுக்கு கரையில செவனேண்ணு தாலா இருந்தாங்...அந்த தொட்டிப்பய ரூபன் தாலா வா, வாண்ணு கூப்பிட்டாங்’’, என்றார் மருதநாயகம் பிள்ளை.

‘‘அந்த பயலுக்கு நல்ல வக்காலத்து வாண்டும் நீரு... இவனுவளுக்கு ரொம்ப எடங் குடுக்கப்பிடாது, பொறவு தலைக்கெ மேல கேறி கதகளி ஆடிருவானுவோ,’’ என்றார் கடுவா மூர்த்தியா பிள்ளை.

மருதநாயகம் பதிலேதும் சொல்லவில்லை. அனைவரும் குளித்து முடித்து கூடாரத்துக்கு அருகில் வந்தனர்.

கக்கோடன், காய்ந்த கட்டைகள், சுள்ளிகள், சுக்கு நாறிப் புற்கள் போன்றவற்றை திரட்டிக் கொண்டுவந்து, கூடாரங்களுக்கு சற்று தொலைவில் நான்கு புறங்களிலும் குவிக்கத் தொடங்கினான். அவன் பல கமுகம் பாளைகளையும் எடுத்து வந்தான்.

கமுகம் பாளை எதுக்கு என்று கடுவா அவனைக் கேட்டார். அதற்கு கக்கோடன், தீ பற்ற வைக்க விசிறிக் கொடுப்பதற்கும், ஒருவேளை தீ படர ஆரம்பித்தால் சுனையிலிருந்து தண்ணீரை பாளைகளில் எடுத்து வந்து ஊற்றி அணைப்பதற்கும் என்றான். ‘பய அதி புத்திசாலிதாங்’, என்று கடுவா நினைத்துக் கொண்டார்.

ரிங்கோ வந்து கக்கோடனிடம், கூடாரத்தின் இடப்புறம் தீ இட வேண்டாம், காற்று அங்கிருந்து வீசுகிறது, கனல் பட்டு, கூடாரம் பற்றிக்கொள்ளும் என சைகையில் சொன்னான். கக்கோடனுக்கு ஒன்றும் புரியவில்லை.

கடுவா அவனிடம், ''லே... எடப்பக்கம் தீ போடாண்டாம் எண்ணு சொல்லுகாங்... காத்து எடப்பக்கம் இருந்து வருகு... தீ கங்கு பட்டு கூடாரம் பத்திக்கிடும் அதனால எடப்பக்கம் தீ போடாண்டாம்'', என்றார்.

கேட்டுக் கொண்டிருந்த மருதநாயகம் பிள்ளை,''வெள்ளக்கார பயலுக்கு புத்திய பாத்தியா? நாம இத நெனச்சு பாத்தோமா? இந்த தாயாளி கக்கோடங்... சுத்தி தீய போட்டு கூடாரத்த பத்தவச்சிருப்பாங்..சும்மா இல்லடேய் நம்மள குண்டிக்கிட்டு வெள்ளக்காரமாரு குத்துகது'', என்றார்.

அனைவரையும் ரிங்கோ குடிக்க அழைத்தான். இம்முறை அனைவருக்கும் அதிகமாகவே ஊற்றினான், ''ஹே மர்தா... டேக் அவுட் யுவர் ஒய்ஃஃப்'' என்றான்.

மருதநாயகம் பிள்ளைக்கு ரிங்கோ சொன்னது சட்டென்று புரிந்து, கக்கோடனை நோக்கி ''லேய்...அந்த நெல்லிக்கா ஊறுகாய எடுத்துக் குடு,'' என்றார்.

கக்கோடன் அனைவருக்கும் தனித்தனியாக தேக்கிலைகளில் நெல்லிக்காய் ஊறுகாயைக் கொடுத்தான். தன் சுருக்குப் பையில் பறித்து வைத்திருந்த காந்தாரி மிளகாயையும் இலைகளில் போட்டான்.

கக்கோடன் சாராயத்துடன் காந்தாரி மிளகாயை கடித்து குடிப்பதை பார்த்த ரூபன், தன் இலையில் இருந்த ஒன்றை எடுத்துக் கடித்தான். அவன் முகம் பல கோணங்களில் சுருங்கி, விரிந்து, வியர்த்து... செக்க செவேல் என்றானது. உஸ்... உஸ் என்றபடியே தண்ணீரைக் குடித்தான். ரிங்கோ குலுங்கி குலுங்கி சிரித்தான்.

"வாட் எ ஹெல் இஸ் திஸ்?... ஆர் யுவர் ஆஸ் ஹோல்ஸ் வித்ஸ்டேண்ட்டிங் திஸ் ஹாட்?," என்றபடியே தன் குதத்தை இடக்கை சுட்டு விரலால் காட்டி, கை விரல்களை குவித்தும் விரித்தும் காட்டினான் ரூபன்.

"குண்டி காந்துமுண்ணு சொல்லுகான்," என்றார் கடுவா. ரூபனை தவிர அனைவரும் சிரித்தனர். நல்ல போதை இவர்கள் மூவருக்கும் இருந்தது. ரூபன் ஆளுக்கொரு சுருட்டினைக் கொடுத்தான்.

20

''டேய் கடுவா... வாழ்ந்தா இந்தப் பொலியாடி மோனுவளப் போல வாழணும்டேய்...சவம் நம்ம வாழ்க்கயைப் பாரு... சவத்துக்குப் பொறந்த வாழ்க்க...ஒண்ணொண்ணுக்கும் பயந்து, பயந்து...இந்த தாயளிகளுக்கு என்னமாங் பயம் இருக்கா பாரு...கொல்லதுக்கும், சாவதுக்கும் துணிஞ்சில்லா நடக்கானுவோ...அதுகொண்டுதாலா இப்பிடி ரெசிச்சு அனுபவிக்கானுவோ... அடுத்த சென்மத்தில ஒரு வெள்ளக்கார தொராயா பொறக்கணுமுடேய்...'' என்றார் மருதநாயகம் பிள்ளை.

''அப்போ, ஒம்ம பேரு கிரஹாம் மார்த்தாநாயக்..எண்ணு வெச்சிக்கிடுவீரோ?'' என்று கேட்டு சிரித்தார் கடுவா.

கக்கோடனைப் அழைத்து, எல்லோருக்கும் மீண்டும் ஊற்ற சொன்னான் ரூபன். அவன் ஊற்றி ஒவொருவருக்கும் கொடுத்தான். சூரியன் மெல்ல மலையின் பின்புறம் இறங்க ஆரம்பித்தது.

லேசாக குளிரத் தொடங்கியது. மேற்கு தொடர்ச்சி மலை சூரிய அஸ்தமனத்தில் மிளிர்ந்துகொண்டிருந்தது. இளங் காற்றும், லேசான குளிரும், சாராய போதையும் அனைவருக்கும் மகிழ்ச்சியான மனநிலையினைத் தந்து கொண்டிருந்தது.

கக்கோடன் தான் குவித்து வைத்திருந்த விறகு, சுள்ளி, சருகுகளுக்கு தீ மூட்டினான். ரிங்கோவும், ரூபனும் கூடாரத்துக்கு வெளியே அமர்ந்து சிரித்துப் பேசிக் கொண்டிருந்தனர்.

மருதநாயகம் பிள்ளையும், கடுவா மூர்த்தியா பிள்ளையும் தங்கள் துப்பாக்கிகளை அயனி மர மூட்டில் சாய்த்து வைத்து விட்டு அமர்ந்திருந்தனர். மூவருக்கும் போதை சற்று அதிகமாகவே இருந்தது.

கக்கோடன் தீ பற்றவைத்து விட்டு வந்து அமர்ந்தான். மருதநாயகம் கடுவாவை பார்த்து, ''அவனுவோ ரெண்டு பேரும் என்ன கத பேசுகானுவோ தெரியுமா... வெறுங் குட்டியோ கதையாக்கும், அந்த ரூபன் தாயாளி நெஞ்சில ரெண்டு கையையும் கீழயிருந்து மேலப்பாத்து விரிச்சி வெச்சி மொலையள காட்டது போல என்ன எளவோ சொல்லி சிரிக்காம் பாரு,'' என்றார்.

''ஒரு அத்தானும், மச்சினனும் பேசுகத போலியா பேசுவானுவோ...இவங் எந்த குட்டிகளுக்கு கூட போனாண்ணு இவனும், அவங் எந்த குட்டிகளுக்கு கூட போனாண்ணு அவனும் சொல்லிட்டு கெடப்பானுவோ... எளவு நமக்கு பாச மட்டும் தெரிஞ்சிருந்தா, நல்ல மத்த கதகள கேட்டிருக்கலாம் இவமாரிட்டருந்து,'' என்றார் கடுவா.

''நம்மளும் கொஞ்சம் மத்த கத பேசுவோமா... கடுவா நீ இப்போ அந்த கும்பகோணகாரிகிட்ட போறதுண்டா?... அதாமுடேய்... சூரிய கரும்பி... சரக்க நாங் சுசீந்தரத்தில வெச்சி ஒரு ஏழு வருசத்துக்கு முன்ன பாத்தேங்... எளவு என்னா மாறு... என்ன குண்டி... அதுக்கே குடுக்கணும் கேட்டியா... அண்ணைக்கு ராத்திரி அவ வீட்டிலதாங் கெடந்தேங்... காலேல எந்திக்கவே ஒக்கல்ல பாத்துக்கோ, அம்புட்டு சீணம்... வித்த தெரிஞ்சவளாக்கும், அதுக்கு பொறவாக்கும் நீ அங்க பளிகெட கெடந்தது தெரிஞ்சி, அதுகொண்டாகும் கேட்டேங்... இப்போ

போறதுண்டாண்ணு,'' என்றார் மருதநாயகம் பிள்ளை.

''ஏமான அண்ணைக்கு அவக்கிட்டருந்து வலிச்சு கொண்டார நாங் பட்ட பாடு எனக்கில்லியாத் தெரியும், வண்டி எடலாக்குடி தாண்டி கோட்டாறுக்க கிட்ட வருவு..ஏமாங் திரிச்சும் அஞ்ச போணுண்ணு நிக்கேரு..நாங் சொல்லுகேங்... எமானே போரும், எனி ஒரு வாரத்துக்குப் பொறவு போலாங்... அவ யட்சி போலையாக்கும், எமாங்கிட்டேருந்து எல்லாத்தையும் கறந்து சக்கையாக்கிப் போடுவாண்ணு சொல்லி, வில் வண்டிய வெரசா ஓட்டிக்கிட்டு வந்திட்டேன், வழி நெடுவ என்ன இனி ஏசதுக்கு ஒண்ணுமில்ல... வந்து நாலு நாளு தெவசவும் ஆட்டுக்காலு ரசமாக்குங் குடி..பின்னயில்ல ஏமாங் கொஞ்சம் தெளிஞ்சது... ஓர்மை உண்டா ?'' என்று சொல்லிக் கேட்டான் கக்கோடன்.

கடுவா சொன்னார், ஆமா... அவ காரியத்தில் செரியானவளாக்கும், நல்ல தாங்கவும் செய்வா..என்ன ஒரு நெறம்...ஒதட்டக் கடிச்சிற்று லேசா ஒரு சிரி சிரிப்பா, யப்பா மனுசனுவ கெறங்கி அங்஬ண கெடப்பாங்..ஆனா பயங்கரக் காரியக்காரியாக்கும்.

கும்பகோணத்தில இருந்து சுசீந்திரத்துக்கு வந்த நாலு வருசத்தில அவளுக்கு தேரூரு, மருங்கூரு, அமராவதிவெள, பார்வதிபுரம், வழுக்கம் பாற... இப்படி எல்லா எடத்திலேயும் பல ஏக்கர் நெலங்கோ சொந்தமாப் போச்சி... எனக்க தேரூரு தெங்ஙந் தோப்ப எழுதிக் கொடுத்தாக்கும் மூணு மாசம் அவ மடியில கெடையாக் கெடந்தேன் பாத்துக்கிடும்.

நல்ல சுத்தமாக்கும், காலையில குளிச்சி, புது துணி கெட்டிட்டு வந்து, அவ ஒரு காப்பி தருவா...அவளுக்கு கை பக்குவம் தனி

ருசிதாங். அந்த காப்பிய குடிச்ச மேனிக்கு தொடங்கும் களி, பொறவு தோசையோ, இட்டலியோ, புட்டோ... மத்தியானம் சம்பா அரி சோறும், ஆட்டுக்கறியுங்... பின்னயுங் களி...ராத்திரிக்கு, வாற்று சாராயமும், கல் தோசையுங், மாங்கா, தேங்கா, வெளுத்துள்ளி போட்டு ஒரு சம்மந்தியும், வெடக்கோழி பொரியலுங்... சவம் மூணு மாசம் செரியான வாழ்க்க... தோப்பு போச்சி ஆனா மறக்க முடியாத்த சொகமான ஓர்மையாக்கும், கடுவா சொல்வதையே மருதநாயகம் பிள்ளையும் கக்கோடனும் வாய் பிளந்தபடி கேட்டுக்கொண்டிருந்தனர்.

ஏங்கிட்டயும், ஒரு ஏக்கர் நெலம் எழுதிக் குடுத்தா... மூணு மாசம் கூடயே கெடக்கலாமுண்ணு சொன்னா பாத்துக்கோ... அடுத்த தடவ வாறப்போ பாக்கலாமுண்ணு சொன்னேங்... தேவடியாளுக்கு நெறய கெடக்குல்லாண்ணு... அண்ணு தங்குனதுக்கு காச மட்டுங் குடுத்திற்று வந்திட்டேங்... இன்னொருக்க போணுங் பாத்துக்க... ஆனா இப்போ கெளடு தட்டி, எல்லாங் சளபுளான்னு ஆயிருக்கும்... வயசும் பத்து நாப்பத் தஞ்சி ஆயிருக்குமுல்லா... என்றார் மருதநாயகம் பிள்ளை.

''சொல்ல முடியாது... நானும் பாத்து ஒரு அஞ்சு வருசம் ஆயாச்சு...போன மாசம் நம்ம சுப்ரமணிய பிள்ள... அதாங் கொமஸ்தா... அவள வழில பாத்ததாயிட்டு சொன்னேரு...நல்ல தடிச்சி, மொகத்தில சுருக்கமெல்லாம் விழுந்திருக்குண்ணு சொன்னேரு...'' என்றார் கடுவா.

''அவளுக்க சாதனத்துக்கு கணக்குப் பாக்க திராணியிருந்தா... கணக்கு தறி கெட்டுல்லா ஓடியிருக்கும்,'' என்று சிரித்தபடியே மருதநாயகம் பிள்ளை சொன்னார்.

21

பனி நன்றாக விழ ஆரம்பித்தது,''ஏமானே... ஒரு காந்தாரி மொளகு திங்கேளா... தணுப்புக்கு தேகத்த நல்ல சூடாக்கும்,''என்றபடியே ஒரு காந்தாரி மிளகாயை மருதநாயகம் பிள்ளை முன் நீட்டினான் கக்கோடன்.

''போ மயிரே... அத ஓங் குண்டிக்கடில வச்சிக்கோ உனக்கு நல்ல சூடு கெடைக்கும்'' என்று சிரித்தபடியே சொன்னார் மருதநாயகம்.

''இனி நம்மோ குடிக்க வேண்டாம், இப்போவே நல்ல போதையாக்கும்...ராத்திரி ரொம்ப கெவனமாட்டு இருக்கணும், ஓநாய் கூட்டம் வந்து வளைச்சுப்போட்டுண்ணா செத்தோம் கேட்டியா,'' என்றார் மருதநாயகம்.

தூரத்தில் நரிகளின் ஊளை கேட்கத் துவங்கியது, கூடாரங்களின் முப்புறமும் கக்கோடன் போட்ட தீ மிதமாக எரிந்து கொண்டிருந்தது. நன்கு இருட்டி விட்டது. இருட்டில் தீயின் வெளிச்சத்தில் கூடாரத்தின் வெளியே அமர்ந்திருந்த ரிங்கோவும், ரூபனும் செக்க செவேலென்று உயிருள்ள பெரிய பொம்மைகளை போல தெரிந்தனர்.

''எனக்கு பசியெடுக்கு சாப்பிடுவோமா?''என்று கேட்டார் கடுவா.

கொஞ்சம் செண்ணு சாப்பிடுவோம்...இப்போதாலா சரக்குக்க போத கேறி நிக்கி, சாப்பிட்டா புசுக்குன்னு எறங்கி போயிரும், என்றார் மருதநாயகம்.

கடுவா மருதநாயகத்தைப் பார்த்து, ''கக்கோடானப் பாரும், நமக்கு செரி சமமா இருந்து கண்ணாடி தம்ளரிலியாக்கும் குடிக்காங்...,'' என்று ஏளனக் குரலில், அசட்டு சிரிப்புடன் சொன்னார்.

கக்கோடனும் நல்ல போதையில் இருந்தான், ஆனால் அவனிடம் எந்த தள்ளாட்டமோ, உளறலோ இல்லை, ''என்ன சமமா நெனச்சி தாலா புலி வேட்டைக்கு கூட்டியாந்தியோ...காட்டு புலியளுக்குத் தெரியுமா முதலாளியும், தொழிலாளியும்... அதுவளுக்க கண்ணுக்கு எல்லாம் ஒரே மனுசன் தாங்... என்னைப் பாத்தாலும் கொல்லும், அங்ஙத்தயப் பாத்தாலும் கொல்லும்... நாங் கண்ணாடி தம்ளர்ல குடிச்சா என்னா வந்து போடும்... அவமாரே ஊத்தி தாறாங்... உங்களுக்கு என்ன வந்துப் போச்சி? அவமாருக்கு மனுசமார சமமா மதிக்க தெரியி...,'' என்றான் கோபத்துடன்.

மருதநாயகம் பிள்ளை எதுவும் சொல்லாமல் அவனையே பார்த்துக் கொண்டிருந்தார்.

''லே, சும்மா தாமுடே சொன்னேன், ரோசப்பட்டு, காட்டில விட்டுட்டு ஓடிராத, என்று கடுவா மூர்த்தியா பிள்ளை கக்கோடனைப் பார்த்து சொன்னார்''.

மருதநாயகம் பிள்ளை, ஏதோ யோசிப்பவராக தீயையே பார்த்துக் கொண்டிருந்தார். கக்கோடன் சமநிலைக்கு வந்தான்.

''என்ன ஏமானே...புலிய எங்க சுடலாமுன்னு சிந்திக்கியளா? சவம் ராத்திரில வந்தா எங்கப் போட்டு சுடுகது? பகலிலேயே குறி தப்பிக்கிடும்..,'' என்றான் கக்கோடன்.

சில் வண்டுகள், ஆந்தை மற்றும் கூகைகளின் சத்தங்கள் காடெங்கும் ஒலித்தது. தூரத்தில் மலை கரு உருவமாய் தெரிந்து கொண்டிருந்தது. லேசான நிலவின் வெளிச்சத்தில் கருமையாக மரங்களின் இலைகளும், கருப்பு வண்ணம் அடிக்கப்பட்ட பெருந் தூண்களை போல மரத்தின் தடிகளும் தெரிந்தன. நரிகளின் ஓயாத ஊளை சத்தம் தூரத்தில் கேட்டது. ஏராளம் வவ்வால்கள் பறந்து கொண்டிருந்தன.

மருதநாயகம் பிள்ளை நல்ல போதையில் இருந்தார். அவர் கக்கோடனை அழைத்து, ரிங்கோவிடமிருந்து தனக்கு ஒரு சுருட்டு வாங்கிவர சொன்னார்.

''என்ன சொல்லி கேக்கணும்? ''என்று இழுத்தான் கக்கோடன்.

''உதட்டிலே ரெண்டு விரலை வச்சி என்னய காட்டு... இல்லண்ணா ஒனக்குதாங் கேக்கியோண்ணு நெனச்சு செள்ளய திருப்பிப்போடுவாங்,'' என்றார் மருதநாயகம் பிள்ளை.

''அவமாரிட்ட இருந்து மூணு சுருட்டு வாண்டீட்டு வாறன் பாத்துக்கிடும்,' என்றபடி அவர்கள் இருந்த இடம் நோக்கி நடந்தான்.

''அடி வாங்காம வந்தா சரிதான், நாமோ வலிய கேட்டா அவனுவளுக்கு ரோசம் வந்திரும், அவனுவோ தரப்போ வாங்கிக்கிடணும்,'' என்றார் கடுவா.

ரிங்கோவும், ரூபனும் ஆங்கிலப் பாடலொன்றை பாடிக்கொண்டிருந்தனர். அவர்கள் மிதமான போதையில் இருந்தனர். கக்கோடன் அருகில் சென்று நகர்ந்து அமர்ந்தான், 'வெரி குட்' என்றான். இருவரும் அவனைப் பார்த்தனர்.

ரூபன் பாட்டினை நிறுத்திவிட்டு, ''வாட் திஃபக் யூ நீட், வாண்ட் மோர் லிக்கர்?'' என்று புன்னகைத்தபடியே கேட்டான். கக்கோடனுக்கு அவர்களிருவரும் நல்ல மனநிலையில் இருப்பது புரிந்தது.

தன் இரு கைகளையும் மார்புக்கு குறுக்காய் கட்டிக்கொண்டு, தன் ஆட்காட்டி விரலால் ரிங்கோவின் கையிலிருந்த சுருட்டினை சுட்டிக்காட்டினான்.

ரூபன், தன்னருகிலிருந்த பையைத் திறந்து அதிலிருந்து ஒரு முழு சுருட்டு டப்பாவை எடுத்து அவனிடம் கொடுத்தான்.

''டென் சிகார்ஸ், என்ஜாய் பட் டோன்ட் ஸ்லீப் இன் தி நைட்,'' என்றான். அவன் காட்டிய சைகையிலிருந்து தூங்கக்கூடாது என்பது மட்டும் புரிந்தது. தலையசைத்து விட்டு எழுந்து நடந்தான் கக்கோடன்.

''ஏமானே...ரூபன் தொர...பயங்கர தர்மப் பிரபுவாக்கும், சுருட்டு கேட்டதுக்கு ஒரு டப்பா சுருட்டாகும் தந்து...,'' என்று மகிழ்ச்சியுடன் சொன்னான். இந்நாப் பாரும் என்றபடியே திறந்து காட்டினான் கக்கோடன்.

''கக்கோடா...நீ பயங்கர சாதனந் தாண்டேய்... எனக்கு ஒண்ணு தா,'' என்று கை நீட்டினார் கடுவா.

மூவரும் கக்கோடன் கொண்டு வந்த தீ கனலில் பற்ற வைத்தனர். தரமான புகையிலை சுருட்டும், சாராயத்தின் போதையும், காட்டின் குளிரும் அனைவருக்கும் மிகுந்த உற்சாகத்தைக் கொடுத்தது.

கடுவா மருதநாயகத்திடம், ''ஒம்ம மூத்த மொவங் என்னவாக்கும் செய்யாங்? பயல காணவே ஒக்கலியே,'' என்று கேட்டார்.

மருதநாயகம் பிள்ளை சற்றே கோபத்துடன், ''அவங் ஓயாம பிள்ளயள பெத்துப் போட்டுட்டுக் கெடக்கங், வருசத்துக்கு இல்லண்ணா ரெண்டு வருசத்துக்கு ஒண்ணுண்ணு. நாலண்ணம் ஆயாச்சு...அஞ்சாமத்தது பொஞ்சாதிக்க வயித்தில...மத்த எல்லாத்திலயும் நல்ல வெவரம் உண்டு... தஸ்ஸு புஸ்ஸுன்னு இங்கிலீசு பேசுவாங், தொரமாரு 'ஆ'ண்ணு பாக்கது மாரியாக்கும் இங்கிலீசு எழுதுவாங். ஆனா பயலுக்கு சக்கரத்துக்க வெல தெரியாது பாத்துக்கோ... எம் முன்ன வரதுக்கு பயமாக்கும் அவனுக்கு, அவனுக்கு நாங் குடுத்த வெள்ளரி ஏலா முக்குல நானூறு தென்னமரம் இருந்த தோப்ப, அடிமாட்டு வெலைக்கு வித்துப் போட்டாங்...ஒனக்கு தெரியுமுல்லா, அந்த எடுத்த வாண்டதுக்கா சுட்டி எத்தனைபேர குடியொளிச்சு அனுப்புனேண்ணு...பயலுக்கு தேங்கியா வித்தாவது நாலு சக்கரம் கெடைக்கட்டுமேண்ணு எழுதிக் குடுத்தேங்...

''எனக்கு இந்த விசயம் கருமஞ் செட்டியார் சொல்லியாக்கும் தெரியும்... வாண்டுனவங், மேட்டுக்கடையில உள்ள ஒரு மேத்தனாக்கும். ஒரு நாளு இவங் வீட்டுக்கு வந்தாங்... என்னடே எத்தனை தேங்கியா வெட்டிச்சிண்ணு கேட்டேங், அதுக்கு பத்தாயிரத்தி இருநூறு வெட்டிசிண்ணாங், குடுத்தேங் செள்ளயில ரெண்டு...பட்டிப் பயலே... எவங்கிட்ட கேட்டுலெ வித்தேண்ணு... இதுக்கிடையில நுள்ளியம்ம வந்து விழுந்திற்றா... நாலு பிள்ளயள பெத்த பயலயா அடிக்கதுண்ணு சொல்லி அவ ஒரே

ஒப்பாரி. இனிமே மூஞ்சில முழிக்காதேண்ணு சொல்லி அவன வெரட்டிட்டேங்,'' என்றார் மருதநாயகம் பிள்ளை.

''ஆனா தவம் பிள்ளை ஒரு பஞ்ச பாவமாக்கும், ஒருத்தருக்கும் ஒரு வஞ்சன நெனைக்க மாட்டாங்...ஆனா ஒரு நெளிவு சுளிவு தெரியாது, அதாக்கும் கொளப்பம்...நல்ல சாதகம் பாக்கத் தெரியும், குடும்பத்தில உள்ள யாராரு எண்ணைக்கி பொறந்தான்னு கேட்டப் போரும்... மறுநாளே மொத்த சாதகத்தையும் எழுதி கொண்டாந்துருவாங்'', என்றார் கடுவா.

''ஆனா சவத்தெளவுக்கு அவஞ் சாதகம் பாக்கத் தெரியலியே...,'' என்று சலித்துக் கொண்டார் மருதநாயகம் பிள்ளை.

''அவரு... சின்ன ஏமாங், காலையில நாலு மணிக்கெல்லாம் பெருமா கொளத்தில தொவச்சிக் குளிச்சிட்டு, ஒரு முண்டுங் கெட்டி, தோளிலே ஒரு வெள்ள தோர்த்தும் போட்டுக்கிட்டு நேரா குமாரகோவிலுக்குப் போவும்... பின்ன அங்கேருந்து மேலாங்கோடு, நீலகண்டசாமி கோயிலு, ஆலம்பாறை அம்மன் கோயிலு, சரஸ்வதி அம்மங் கோயிலு, எலங்கைதம்மங் கோயிலு, ராமசாமி கோயிலுன்னு சுத்திகிட்டு, எட்டு மணிக்கு வீட்டுக்கு வரும்... தெவசமும் வெளுப்பிலையும், அந்திக்கும் இந்த கோயிலுப் போக்கு உண்டு பாத்துக்கிடுங்கொ அவரு நடக்காரா, ஓடுகாரான்னு கண்டு பிடிச்ச ஒக்காது...என்ன வேகம்...கை ரெண்டையும் பின்னுக்கு மடக்கி, வலத்தக்கை முட்ட எடத்தக்கையால பிடிச்சிக்கிட்டு ஒரு தினுசான நடையாக்கும் அவருக்கது. நெய்யூரு, எரணியலுன்னு கொஞ்சமும் தளராம

நடப்பேரு, சம்மதிச்சுக் குடுக்கணும். அவரு ஒரு தனி பொறப்பாக்கும்,''என்றான் கக்கோடன்.

''பயலுக்கு குடி, கூத்தியான்னு ஒரு எளவும் கெடயாது...கோட்டயத்தில பாலால ஒரு ஆசுபத்திரி போட்டாங்... கம்போண்டருக்கு படிச்சாமுல்லா, அங்கவுள்ள தோட்ட கூலியளுக்கு இவங் சக்கரம் வாண்டாம வைத்தியம் பாப்பானாங், மருந்துங் குடுப்பானாங். கை சக்கரம் போட்டு அங்கவுள்ள அத்தனப் பயக்களுக்கும் இவங் செலவு செய்ததும், பொஞ்சாதி பிள்ளையளுக்கு சாப்பாடு, துணிமணிக்காச் சுட்டியும்... இங்க நாங் பலபாடு பட்டு வாண்டின சொத்துக்கள சுளுவில அடிமாட்டு வெலைக்கு விக்கெதாக்கும் இப்போ அவனுக்க சோலி. மொதலிலேயே எழுதிக் குடுத்தது தப்பாச்சி பாத்துக்கிடும். போரும் பாலாயில நொட்டுனதுண்ணு... இங்க கீளக்கொளம் வீடக் குடுத்து இங்கயே இருக்க சொல்லியிருக்கேன். நெய்யூரு ஆசுபத்திரில வேல கெடச்சிருக்குண்ணு நேத்தைக்கு நுள்ளியம்மேட்ட சொல்லியிருக்காங்...''

யாரும் அவன செணம் ஏமாத்திப் போடலாம். அவனுக்க பொஞ்சாதி நல்ல தெறமைக்காரியாக்கும், ஆனா இந்தப் பய அவளுக்கு தெரியாமலேயாக்கும், எடத்த விக்கதும், பாட்டத்துக்கு விடுகதும்...எங்கிட்ட ஒரு வார்த்தை கேட்டாம்முண்ணா நாங் சொல்லிக் குடுப்பேன். செலசமயம் அந்தப் பயல நெனச்சா பாவமாயும் இருக்கும்.

''கல்லியாணம் கெட்டி, பிள்ளயள பெத்தப் பயல அடிச்சது மனசுக்கு நொம்பலமாத் தான் இருக்கு. அவனுக்க மூத்தப் பயலுக்கு பதினொண்ணு வயசாகு... பய வெடிச்சுட்டி, அவனுக்கு

மதராசு பட்டணம் போய் மோட்டார் வேல பாக்கணுமுண்ணு ஆச...ஏங் காலத்துக்குப் பொறவு தவம் பிள்ள என்ன செய்வாமுண்ணாக்கும் எனக்குப் பேடி பாத்துக்கிடும்,'' என்றார் மருதநாயகம் பிள்ளை.

ராசாக்க ஆட்சியும் இன்னுங் கொஞ்ச காலந்தாங், இந்த வெள்ளக்கார பன்னத் தாயோளியள நாட்ட விட்டே வெரட்டுகதுக்கு ரொம்ப காலமொண்ணும் ஆகாது பாத்துக்கோ... இப்பவே கொஞ்சம் பேடிச்சி தாங் கெடக்கானுவோ.

வரி, வரின்னு போட்டு தாளிக்கேலா செய்யானுவோ. நேரடியா செய்யாம, ராசாவை வெச்சி செய்துப் போட்டு அவருக்கிட்ட இருந்து மொத்தமா கறக்கானுவோ பலவர ஓளிகோ, செல சமயம் தோணும்...கொஞ்சம் பேர சுட்டுக் கொண்ணுட்டு, துப்பாக்கி உண்டைக்கோ, தூக்குக்கோ போயிரலாமுண்ணு... சவம் அதுக்கான நெஞ்சு ஊக்கம் இல்ல.

''பகத்சிங், கட்டபொம்மு, வாஞ்சிநாதன், செதம்பரம் பிள்ள போல தைரியம் இருந்தாலாவது செரி... இப்போ அந்தத் தாயாளிகளுக்கு நம்மோ மொழி தெரியாதனாலதாங் இவளவு சத்தமா சொல்ல முடியி'', என்றார் மருதநாயகம் பிள்ளை.

''அதுமட்டுமில்ல, சாராயம் ஒம்ம வயித்துக்குள்ள கெடந்து வீரத்த கூட்டுகு...தெளிஞ்ச பொறவு இப்படிப் பேசுவேராக்குங்... நம்ம பொறப்பு அப்புடியாக்குங்... செலவனுவளுக்கு சோரேல வீரம் வெளயாடுங், நமக்கு வெவசாயமுங், கணக்கெழுத்தும் தாலா... ருசியா திங்கதுக்கும், கூத்தியா வைக்கதுக்கும் நம்மள அடிக்க ஆளுண்டா...இருந்த இடத்தில இருந்தே வேல

வாங்கத்தாலா பரம்பரையா பழக்கி வச்சிருக்கா...

''கீரைத்தண்டு, தடியங்கா புளிக்கறி, கூட்டவியலு, மீனு பொரிச்சது... எந்த மரக்கறிலே என்னென்ன பதார்த்தம் செய்யலாமுண்ணு யோசிக்கத்துக்கே நமக்கு நாளு செரியா இருக்கு... எவங் வந்தா என்ன, போனா என்ன... நமக்கு ஓலனும், கூட்டவியலுங், சாம்பாரும், அடப் பிரதமனும் கிட்டுனாப் போரும்... பின்ன எளவுடுத்த வீரம் எங்கேயிருந்து வரும்,'' என்று சொன்னார் கடுவா மூர்த்தியா பிள்ளை.

''அப்படி பொறப்பு, வளப்புன்னு சொல்ல முடியாது கேட்டியா? அது ஒவ்வொருத்தனுக்க நெஞ்சு ஊக்கமும், சாவப்பத்தின பயம் இல்லாம இருக்கதுமாக்கும். செதம்பரம் பிள்ள நம்ம ஆளு தாலா என்ன பாடு படுத்துனானுவோ அவர... ஆஷ் தொரய சுட்டுப் போட்டு, அவனையே சுட்டுக்கிட்டு சாவல்லியா வாஞ்சிநாதன்? அவரு அய்யரு தாலா... அதுனால பொறப்புனாலேண்ணு சொல்ல ஒக்காது. அது நெஞ்சிலருந்து தெறிச்சி வார ஒரு தீயாக்கும்... செலருக்குத்தாங் அது வரும் பாத்துக்கோ, ஒரு புலிய சுடவே நம்மோ இவளவு பயப்படுகோம்...எதிரியானாலும் சுட்டுக் தள்ள நமக்கு மனசு வராது... நம்ம நாட்டில நம்மள மாரி ஆளுகோ கூடுதலாக்கும், அதையாக்கும் இந்த பரங்கிப் பயலுவோ ஏதுவா எடுத்துக்கிட்டானுவோ... நம்ம விதி, இந்தப் பயக்களுக்க அண்டியத் தாங்கிகிட்டு நடக்கணுமுண்ணு,'' என்று கோபத்துடன் சொன்னார் மருதநாயகம் பிள்ளை.

22

கக்கோடன் லேசான தள்ளாட்டத்துடன் எழுந்து சென்று கூடாரத்தின் பக்கங்களில் போட்டிருந்த நெருப்பினை ஒரு கொம்பினை வைத்து கிளறி, மேலும் சற்று விறகினைப் போட்டு வந்தான்.

ரூபனும், ரிங்கோவும் தங்கள் கோப்பைகளில் மீண்டும் மதுவினை ஊற்றினர். அவர்களது துப்பாக்கிகள் கூடாரத்துள் இருந்தன. ரூபன் கக்கோடனைப் பார்த்து சைகையில் மது வேண்டுமா என்று கேட்டான். கக்கோடனுக்கு தேவையாக இருந்தது, அவன் மருதநாயகம் மற்றும் கடுவாவைப் பார்த்து கேட்டான், ''ஏமாமாரே...இன்னும் ஒரு ஏத்து ஏத்துவோமா?,''

கடுவாவும், மருதநாயகமும் மெதுவாய் எழுந்தனர், இருவரின் துப்பாக்கிகளும் மரத்தினடியில் இருந்தன.

மருதநாயகம் பிள்ளை கடுவாவிடம், ''டேய் இன்னும் குடிக்கணுமா? போதை தலைக்கி கேறிராதா...நம்மோ ஒறங்காம இருக்கண்டாமா?'' என்று கேட்டார்.

''நல்ல கத... ஒறங்கத்துக்கா வந்திருக்கோம், ஏமாமாரு வேணுமுன்னா கொஞ்சங் கூட கேத்திற்று கெடக்கணும்... நாங் பாத்துக்கிடுகெங்... புலி வந்தா சட்டுன்னு எழுப்புகெங்...,'' என்றான் கக்கோடன்.

மருதநாயகம் அங்கேயே நின்றபடி, தன் கோப்பையிலும் வாங்கி வர கடுவாயிடம் சொன்னார். ரிங்கோவும், ரூபனும் மிகவும் சந்தோஷ மன நிலையில் உரத்துப் பாடிக் கொண்டிருந்தனர்.

தூரத்தில் மனிதர்களின் நையாண்டி சிரிப்பினைப் போன்ற சத்தத்தில் கழுதை புலிகள் கத்தின, திடீரென்று அவைகள் பெண் அழுவதை போன்று குரலை மாற்றின, நரிகள் ஊளையிட்டுக் கொண்டிருந்தன.

கக்கோடனும், கடுவாவும் போனதும், தனியாக நின்றிருந்த மருதநாயகத்திற்கு பயமாக இருந்தது, சுற்றி பார்த்தார். தீயின் வெளிச்சம் தாண்டி ஒரே இருள். ''லே கக்கோடா செணம் கொண்டா,'' என்று கத்தினார். கடுவாவும், கக்கோடனும், அவரின் மதுக் கோப்பையையும் எடுத்துக்கொண்டு வந்தனர்.

''எளவில தனியா நிண்ணா பயமா இருக்கு... இந்த சவத்தெளவு கழுதப் புலியோ, பொட்டச்சிக கரையது போல சத்தம் போடுகு,'' என்றார்.

''எமானே... காட்டுக்ககத்தே... எட்சியோ நெறையக் கெடக்கும் பாத்துக்கிடும், செல பிரத்தேக மரங்களிலேயாக்கும் அதுவளுக்க தாமசம். கருங்காலி மரமாக்கும் எட்சியோ தாமசிக்கியதுக்கு ஏத்த மரமுண்ணு மூலைச்சலு மந்திரவாதி பகவதியப்பங் எடக்கெட சொல்லும் கேட்டியளா... இஞ்ச நிக்கி ஒரு கருங்காலி மரங்... அன்னா பாருங்கோ,'' என்று அவர்களின் கூடாரத்தின் பின் நிற்கும் கருங்காலி மரத்தை காட்டினான் கக்கோடன்.

மருதநாயகம் பிள்ளையும், கடுவாவும் மிரட்சியுடன் அம்மரத்தைப் பார்த்தனர். நீண்டு உயர்ந்து, மிக அடர்த்தியாக வளர்ந்திருந்த அம்மரம் காற்றில் கிளைகளை ஆட்டி நின்றுகொண்டிருந்தது.

கக்கோடன் சொன்னான், ''எட்சியோ செல சமயம் கழுதப் புலியளப் போல சத்தம் போடுங்...நாமோ கழுதப் புலின்னு நெனக்கிம்போளாக்கும், அதுவளுக்க சொயரூபம் காட்டிட்டு வந்து நம்மோ ரெத்தத்த குடிக்கியது,'' என்றான் கக்கோடன்.

''லே தாயளி... பயமாலே காட்டுக... சும்மா கெடலே...'' எனக்கு மூத்திரம் முட்டுகு என்றார் கடுவா. மூவரும் மதுக் கோப்பைகளை மரத்தடியில் வைத்து விட்டு தொலைவில் சென்று மூத்திரம் பெய்தனர்.

வந்ததும் கக்கோடன் தன் பையில் இருந்து நெல்லிக்காய் ஊறுகாயும், காந்தாரி மிளகாயையும் எடுத்து இலையில் வைத்தான். ''ரெண்டு கோழிகளை பொரிச்சு கொண்டாந்திருக்கலாம்.. குடிக்கு நல்லா இருந்திருக்கும்,'' என்றார் கடுவா.

மருதநாயகம் பிள்ளை கக்கோடனைப் பார்த்து விழுந்து விழுந்து சிரித்தார். கடுவா மருதநாயகத்திடம், ''என்ன திடீர் சிரிப்பு?,'' என்று கேட்டார்.

''இல்ல... நீ கோழி கேட்டியெல்லா, இந்தப் பய ஒரு நாளு செய்தக் காரியத்த நெனைச்சு சிரிச்சேன்'', என்றார். கக்கோடன் அசட்டு சிரிப்பு சிரித்தபடியே ''ஏமாங்...அண்ணைக்கு நீங்கோ செரியா சொல்லேல்ல...அதாக்குங் கொளப்பமாச்சு...,'' என்றான்

கக்கோடன். ''என்ன காரியம்?,'' என்று ஆவலாய் கேட்டார் கடுவா மூர்த்தியா பிள்ளை.

''வீட்டில நுள்ளியம்ம வளத்த சேவலு ஒண்ணு நல்ல கொழுகொழுண்ணு வளந்து சுத்திகிட்டு கெடந்து...அத கொண்ணு கறிவைக்கதுக்காக்குமுண்ணு கேட்டேங், அவளுங் செரிண்ணுட்டா, எனக்கு இந்த எளவுகளை கொல்ல மனசு வராது, அப்பொமாக்குங் இவங் வந்தான், ''கக்கோடா கோழி கொல்லத் தெரியுமாடேண்ணு கேட்டேங்...பின்ன இல்லாம, எந்தக் கோழிண்ணு கேட்டாங்... காட்டி குடுத்தேங், பய அர மணிக்கூறு அதுக்கப் பொறத்தால ஓடி பிடிச்சுப் போட்டாங்...கழுத்த நெரிச்சி கொண்ணும் போட்டாங்...செத்த சேவலை எடுத்திற்று எங்கிட்டே வந்தாங்... இத யாமுலே இங்க கொண்டாந்தே... உரிச்சி, வெட்டி தங்கம்மைக்கிட்டே குடுண்ணு சொன்னேங்... பய பேய் முழி முழிக்காங்... ஏமாங் கொல்லத்தானே சொல்லிச்சு... எனக்கு கோழியை உரிச்சி வெட்ட தெரியாதுண்ணாங்...லேய் கோழியை கொல்ல சொன்னா அது கறிவைக்கதுக்காக்கும்முண்ணு தெரியாதா? பொதைக்கதுக்காலே சும்மா திரிஞ்ச சேவலை கொல்லுகது... குடுத்தேங் ஒண்ணு''.

''ஏமானே அடிச்சாதிரும்...வீட்டில எம் பொஞ்சாதியாக்கும் இந்த வேலைய செய்யுகது... எனக்கு சத்தியமா தெரியாது அப்படிண்ணாங். பொறவு அவனே போய் ஒருத்தன கூட்டியாந்து உரிச்சி, வெட்டிக் குடுத்தாங். அத நெனச்சித்தாங் சிரிச்சேங்,'' என்றார் மருதநாயகம் பிள்ளை.

இதனைக் கேட்டு கடுவா மூர்த்தியா பிள்ளை கக்கோடனைப் பார்த்து சத்தமாக சிரித்தார்.

‘‘அது ஒரு காலமாக்கும்... இப்போ ஆடு, கோழி, மரப்பட்டிய வர உரிச்சி துண்டுபோட தெரியும், இண்ணைக்கு முயல உரிச்சத பாக்கேல்லியா?’’, என்று சொன்னான் கக்கோடன்.

காட்டுப் பூனையொன்று பாய்ந்து ஓடியது. கடுவா தன் துப்பாக்கியை சாடியெடுத்தார், அதற்குள் அது ஓடிப்போயிற்று. ‘‘சவத்தப் பாத்து பயந்து போனெங்... குட்டி புலி போலில்லா இருக்கு... சவத்தெளவு வெருகு பூனையாக்கும்.’’ என்றார் மருதநாயகம்.

‘‘நாங் ஒண்ணு கேக்கியென்... பதில் சொல்லணும் பாப்போம்,’’ என்றபடியே தன் கோப்பையிலிருந்த சாராயத்தை ஒரே மடக்கில் குடித்து முடித்து முகத்தை சுருக்கியபடியே நெல்லிக்காய் ஊறுகாயை எடுத்து வாயில் போட்டான் கக்கோடன்.

‘‘என்ன கேக்க போற...கேளு பாப்போம்,’’ என்றார் கடுவா. ‘‘யாமாமாரே, வீட்டில நெறய்ய பூனையோ வளத்திருக்கோமுல்லா... ஏதாவது ஒண்ணு வயசாயி செத்தத பாத்திருக்கேளா?,’’ என்று கேட்டான். இருவரும் யோசித்தனர்.

‘‘கெணத்துக்ககத்த விழுந்து செத்திருக்கு, மரப் பட்டியோ கடிச்சி செத்திருக்கு, வெச சாப்பாடு வெச்சி அந்த பொலயாடி மொவங் தாணப்ப நாயரு ஒரு பூனையை கொண்ணுருக்காங்...நீ சொன்னது போல வயசாயி, நோய் வந்து செத்தத பாத்ததில்லையே...,’’ என்று இழுத்தார் மருதநாயகம் பிள்ளை.

‘‘சரிதாங்... எளவு திடீருன்னு காணாமப் போயிரும்... போறதுக்கு ரெண்டு, மூணு நாளுக்கு முன்னமே அதுவளுக்க போக்கிலே ஒரு மாத்தமுண்டு பாத்துக்கிடும்... எம் பொஞ்சாதி

மூணண்ணம் வளத்தா... அஞ்சாறு வருசம் கெடந்துவோ... ஒண்ணொண்ணா போயிற்று... எளவுகோ எங்கப் போச்சுண்ணுதெரியல்ல... குளுவமாரும், நரிக் கொறவனும் பூனையள பிடிச்சி கறிவெச்சி திம்பானுவோ... நாங் பாத்திருக்கேன்... ஆனா எம்பூனையோ போனப்போ இவமாரு யாரும் ஊரிலேயே இல்ல பாத்துக்கிடும்... கக்கோடங் கேட்டது செரிதாங்,'' என்றார் கடுவா.

கக்கோடன் சிரித்தபடியே, ''அப்பிடி எதோ வீட்டில வளந்த பூனையாக்கும் இப்போ இங்கண ஓடுனது... ஒரு சமயத்துக்கு பொறவு அதுவோ வீட்டுக்குள்ள கெடக்காது... காட்டுக்கோ, மலைக்கோ ஓடிரும், அதையாக்கும் நம்மோ விருகு பூனைன்னு சொல்லுகோம்,'' என்றான்.

''ஒள்ளதாலே நீ சொல்லுகது?'' என்று கேட்டார் மருதநாயகம். அதற்கு கக்கோடன் சொன்னான்,'' எம் மோனாண ஒள்ளதாக்குங்...வீட்ட விட்டு போறதுக்கு முந்தி அதுவளுக்க மொகம் மாற தொடங்கும்... விரிஞ்சி பெருசாவும், சத்தம் மாறும், முடி தொளியும், ஒறங்காம கறங்கி நடக்கும், பின்ன ஓடிரும். இப்பொளும் வீடுவள்ள ராத்திரில வந்து கோழி பிடிக்கியது உண்டுல்லா விருகு பூனையோ... எமாமாரு கேட்டதில்லையா,'' என்றபடியே காந்தாரி மிளகாயைக் கடித்தான்.

''ஆமா... இது புது சரக்கால்லா இருக்கு... கக்கோடங் சங்கதியுள்ளவனாக்கும்,'' என்றார் கடுவா.

மருதநாயகம் பிள்ளை தன் கோப்பையிலிருந்த சாராயம் முழுக்க குடித்து முடித்தபின், கக்கோடன் நெருப்புக் கனல் எடுத்து

வந்தான், மூவரும் சுருட்டு பற்றவைத்துக் கொண்டனர்.

ரூபனும், ரிங்கோவும் எழுந்து சென்று சிறுநீர் கழித்து வந்து மீண்டும் அதே இடத்தில் அமர்ந்து சுவாரஸ்யமாக பேசிக்கொண்டிருந்தனர். 'பெங்கால் டைகர்ஸ்' என்ற வார்த்தையைத் தவிர இவர்களுக்கு எதுவும் புரியவில்லை.

ஏமாமாருக்கு பசி எடுக்கெல்லியா? ''அவமாரு அங்கப் பாக்கணும்... ரொட்டியைத் திண்ணுக்கிட்டு இருக்கானுவோ,'' என்றான் கக்கோடன்.

சாப்பாட்ட எடுலே... திம்போம் என்றார் மருதநாயகம். மூவரும் புளியோதரையும், மோர் மிளகாயும், மாங்கா ஊறுகாயும் வைத்து நன்றாக சாப்பிட்டனர். கை கழுவி தண்ணீரும் குடித்தபின் மருதநாயகம் பிள்ளைக்கு உறக்கம் சொக்கியது, தன் துப்பாக்கியை கையில் பிடித்தபடியே மரத்து மூட்டில் சாய்ந்து கண்கள் சொருக அமர்ந்தபடியே தூங்க ஆரம்பித்தார்.

''கக்கோடா... நானுங் கொஞ்சங் கண்ணசருகெங்... பாதுக்கடேய்... கொடுங் காடாக்கும், புலியளோ, கரடியோ, யானையோ எது வந்தாலும் ஒடனே கூப்பிடுடேய்..விட்டுட்டு ஓடிராத,'' என்றார் கடுவா.

''என்னய இப்படித்தாங் நெனச்சேரா...கக்கோடங் உசிரையுங் குடுப்பாங்...'' என்று போதையின் வீரியத்தில் சொன்னான்.

கடுவா மரத்தின் மறுபுறத்தில் சாய்ந்து, துப்பாக்கியை பக்கத்தில் வைத்துக் கொண்டு உறங்க ஆரம்பித்தார். கக்கோடன் எழுந்து அங்குமிங்குமாக நடக்க ஆரம்பித்தான்.

ரூபனும், ரிங்கோவும் பேசிப் பேசி ஓய்ந்திருந்தனர். கூடாரத்துக்குள் போகப் போனவர்கள், மருதநாயகம் பிள்ளையும், கடுவாவும் மரத்தில் சாய்ந்து உறங்குவதை கண்டு, இருவரையும் மற்ற கூடாரத்தில் சென்று உறங்க சொல்லுமாறு சைகையில் சொன்னான் ரிங்கோ. கக்கோடனையும் அவர்களுடன் சென்று படுக்க சொன்னான்.

கக்கோடன் சென்று மருதநாயகம் பிள்ளையை லேசாக அசைத்து எழுப்பினான். கூடாரத்துள் படுக்குமாறு ரிங்கோ சொன்னதாக சொன்னான். கடுவாவையும் எழுப்பிக்கொண்டு மூவரும் கூடாரத்துக்குள் சென்றனர்.

கக்கோடன் ஒரு ஓரமாக தன் துண்டை விரித்து படுத்துக் கொண்டான். மருதநாயகமும், கடுவாவும் கம்பளியை விரித்து அருகருகே படுத்தனர். துப்பாக்கிகளை அருகினில் வைத்துக்கொண்டு, கக்கோடனைப் பார்த்து மருதநாயகம் சொன்னார்,''அர ஒறக்கத்தில இரி..நல்ல ஒறங்கிராத..எனக்கு பயங்கர சடவா இருக்கு,'' என்றபடியே தன் துப்பாக்கியின் தோள்ப்பட்டை வாறை, தன் வலங்கையில் கோர்த்துக் கொண்டார். ''ஏமாங் தைரியமா ஒறங்கணும்...நாங் பாத்துக்கிடுகெங்...வேறுதே கெடப்பேங்...ஒறங்க மாட்டேங்,'' என்றான் கக்கோடன்.

கூடாரத்தில் குளிர் குறைவாக இருந்ததனாலும், நேற்றய தூக்க குறைவினாலும், நிறைய குடித்திருந்ததினாலும், அலைச்சலின் சோர்வினாலும் கக்கோடனைத் தவிர அனைவரும் நன்றாகத் தூங்கினர். கக்கோடன் அரை தூக்கத்திலேயே இருந்தான்.

காட்டுப் பன்றிகளின் கூட்டமொன்று தீயிடப்படாத திசையிலிருந்து மெதுவாக கூடாரத்தை நோக்கி வந்தன. சற்று நேரம் அங்கேயே சுற்றிக்கொண்டிருந்தன, உள்ளே அசைவேதும் இல்லாததால் வேறிடம் நோக்கி நகர்ந்தன. சில பெருச்சாளிகள் இவர்கள் தின்று போட்டிருந்த எச்சில்களை சாப்பிட்டன. முள்ளம் பன்றிகள் அங்குமிங்குமாக ஓடின.

கக்கோடன் அரை தூக்கத்தில் புலம்பினான், ''புலிக்க புடுக்க அறுக்காம கக்கோடங் ஓயமாட்டாங்.'' என்று. கடுவா புரண்டு படுத்தார்.

மருதநாயகம் பிள்ளை, ''பட்டிப் பயலே... பேசாமக் கெடலே,'' என்று தூக்கத்திலேயே சொன்னார்.

சில் வண்டுகளின் சத்தமும், மின்மினிப் பூச்சிகளின் கூட்டமும், குளிர் காற்றில் மரங்களின் அசைவும், பின்னிரவின் நிலவு வெளிச்சமுமாக, காடு இருள் கவிந்த ஒளியில் புது முகத்தைக் காட்டியது. இதனை ரசிக்க யாருமில்லாமல் அனைவரும் உறங்கிக்கொண்டிருந்தனர்.

காட்டின் உண்மையான பேரழகே இது போன்ற நேரங்களில் தான். நிலவொளியில் ஒரு கருப்பு வெள்ளை நிற அசையும் புகைப்படம் போல காடு விரிந்திருக்கும். அதற்கேற்ற பின்னணி இசையினை சில் வண்டுகள், கூகைகள், மற்றும் சில பறவைகள், காற்றில் அசையும் இலைகள் போன்றவை இசைக்கின்றன.

மருதநாயகம் பிள்ளையும், கடுவா மூர்த்தியா பிள்ளையும் குறட்டை விட்டு தூங்கி கொண்டிருந்தனர். கடுவா மூர்த்தியா பிள்ளையின் குறட்டை சத்தம் உண்மையான கடுவாவின் உறுமலைப் போலவே கேட்டது.

கக்கோடன் கண் அயர்வதும், விழிப்பதுமாக இருந்தான். மனதுள் நினைத்தான்,'இந்த ஏமாமாரு, நம்மள செலசமயம் ரொம்ப மோசமாட்டாக்கும் நெனக்கியாவோ. நம்மோ எவ்வளவு விசுவாசமா இருந்தாலுங் அவியளுக்கு நம்மோ எளப்பம் தாங்... நம்மளையும் ஒரு மனுசனாட்டெங்கிலும் நெனைக்காண்டாமா? மருதநாயகம் பிள்ள ஏமாங் கொளப்பமில்ல, பின்ன அவருக்க சொந்தக்காரமாருக்க நீக்கம்பாக்கும் தாங்க ஒக்காத்தது... பேசாம வேதக்கார கூட்டத்தில சேரலாம். அங்க பிள்ளைய படிச்ச வைக்கும், தெனமும் பாலும், ரொட்டியும் சும்மா கெடைக்கும்... எல்லாருக்கும் மரியாதையும் உண்டு... இஞ்ச போல இல்ல', இவ்வாறு நினைத்தபடியே கிடந்தான். இருவரின் குறட்டை சத்தமும் அவனை தொந்தரவு செய்தது. எழுந்து வெளியே வந்தான்.

ரிங்கோவும், ரூபனும் இருந்த கூடாரத்துக்கு அருகில் வந்தான், தீப்பந்தங்கள் இரு கூடாரங்களுக்கும் வெளியே எரிந்து கொண்டிருந்தன. உள்ளே இருவரும் நன்றாக போர்த்திக்கொண்டு உறங்கிக் கொண்டிருந்தனர்.

கக்கோடன் தீ இடப்பட்டிருந்த இடங்களுக்கு சென்று மேலும் சுள்ளிகளையும், விறகுகளையும் போட்டான். தீ நன்றாக எரிந்து கொண்டிருந்தது.

சற்று தூரத்தில் ஒரு மரத்தின் பின்னால் எதோ அசைவு தெரிந்தது. தீ வெளிச்சம் அந்த இடம் வரை தெரியவில்லை. காற்றில் அசையும் மரக் கிளைகளின் வழியாய் நிலவு வெளிச்சம் விட்டு விட்டு வந்தது.

கக்கோடன் தொலைவில் அசைவு தெரிந்த இடத்தையே பார்த்துக் கொண்டு நின்றான். அந்த அசைவு மெல்ல நகர்வதை உணர்ந்தான்.

முதலில் மான் என்று நினைத்தான், ஆனால் வால் நீளமாக இருப்பது தெரிந்தது, கக்கோடனுக்கு வியர்த்து ஒழுக ஆரம்பித்தது. கூடாரத்துக்கு ஓடினான். மருதநாயகம் பிள்ளையை எழுப்பப் பார்த்தான், அவர் நல்ல போதையில் ஆழ்ந்த உறக்கத்திலிருந்தார். கடுவா மூர்த்தியா பிள்ளையும் எழுப்ப, எழுப்ப எந்திரிக்கவில்லை. ரிங்கோ, ரூபனின் கூடாரத்துக்கு போக நினைத்து வெளியே ஓடி வந்தான்.

தீப்பந்தங்களின் வெளிச்சத்தில் அதனைக் கண்டான், அது கூடாரத்தின் அருகில் நின்றுகொண்டிருந்தது.

கக்கோடனுக்கு கைகால்கள் உதறல் எடுத்தது, வாயிலிருந்து சத்தம் வரவில்லை. அது வலது முன்னங்காலை எடுத்து முன்னால் வைத்து கைக்கோடனையே பார்த்தபடி நின்றுகொண்டிருந்தது. அது ஒரு பெரிய புலி. அதன் உருவம் தீப்பந்தங்களின் வெளிச்சத்திலும், நிலவின் ஒளியிலும் தெளிவாகத் தெரிந்தது. அதன் மஞ்சள் நிற உடலில் தடித்த கருங் கோடுகள் மின்னின.

கக்கோடன் கூடாரத்துள் ஓடி சென்று மருதநாயகம் பிள்ளையின் அருகிலிருந்த துப்பாக்கியை எடுத்தான்.

துப்பாக்கியின் தோள்ப்பட்டை வார் மருதநாயகத்தின் வலங்கையில் கோர்த்திருந்தது, இவன் துப்பாக்கியை வேகமாக இழுத்தெடுத்தான், மருதநாயகம் பிள்ளை கண் விழித்தார். "என்னலே... கக்கோடா... என்றபடியே அவர் எழுந்தமர்ந்தார்.

கக்கோடன் பதிலேதும் சொல்லாமல் வேகமாக கூடாரத்தின் வெளியே ஓடி வந்தான். குளிரிலும் அவன் வியர்வையில் குளித்திருந்தான். புலி இப்பொழுது கூடாரத்தின் மிக அருகில் நின்றது.

கக்கோடன் துப்பாக்கியை தன் வலந் தோளில் வைத்து அழுத்தமாய்ப் பிடித்து புலியின் நெற்றிக்கு குறி வைத்தான்.

புலி தாவுவதற்கு தயாராகியது, கக்கோடன் சுட்டான். ‘த்தோடும்’ என்ற பெரும் ஓசையுடன் துப்பாக்கி வெடித்தது, புலி தெறித்து விழுந்து மீண்டும் எழப் பார்த்தது.

மருதநாயகம் பிள்ளை ஓடி வந்து கக்கோடனிடமிருந்து துப்பாக்கியை பிடிங்கினார். அவருக்கு என்ன நடந்ததென்றே தெரியவில்லை துப்பாக்கியை பிடித்தபடி... ‘கக்கோடா... என்னலே ஆச்சி?’ என்றபடியே முன்னால் பார்த்தார். அங்கே அந்த பெரிய புலி உறுமிக்கொண்டு எழ முயன்று கொண்டிருந்தது.

வெடி சத்தம் கேட்டு ரிங்கோ, ரூபன், கடுவா துப்பாக்கிகளுடன் ஓடி வெளி வந்தனர். மருதநாயகம் பிள்ளை கையில் துப்பாக்கியுடன் புலியை பார்த்துக் கொண்டிருந்தார். அவரது இதய துடிப்பு எகிறிக் கொண்டிருந்தது, உடலெல்லாம் வியர்வை வழிந்து, கை கால்கள் உதறின, அவரது கையில் துப்பாக்கி நடுங்கிக் கொண்டிருந்தது.

புலியின் நெற்றியில் சரியாக குண்டடி பட்டிருந்தது, ஆயினும் அது தரையில் புரண்டு பயங்கரமாக உறுமிக்கொண்டு, உருண்டு சற்று தொலைவில் சென்று எழப் பார்த்துக் கொண்டிருந்தது.

‘‘வெல் டன் மர்த்தா,’’ என்றபடியே ரிங்கோவும், ரூபனும்

வந்து மருதநாயகம் பிள்ளையை கட்டித் தழுவிக்கொண்டனர்.

கக்கோடன் பாவமாய் அருகினில் நின்று கொண்டிருந்தான். ''இன்னும் சாகல்ல,'' என்றபடி கடுவா மூர்த்தியா பிள்ளை தன் துப்பாக்கியை நீட்டி புலியை சுட ஆயத்தமானார்.

ரிங்கோ தடுத்தான். ''தட் ஷாட் இஸ் எனஃப்... இட் வில் டை ஷார்ட்லி... கிரேட் ஷாட் மை டியர் மர்த்தா,'' என்றபடியே ரிங்கோவும், ரூபனும் மருதநாயகம் பிள்ளைக்கு கை கொடுத்து மீண்டும் கட்டிப் பிடித்து கொண்டனர்.

கக்கோடனைப் பார்த்து மருதநாயகம் யாரும் பாக்காதபோது, வாயில் விரல் வைத்து தலையை இட வலமாக ஆட்டினார்.

புலி மெதுவாய் அடங்கிக்கொண்டிருந்தது, அதன் உறுமல் நின்று வெறும் மூச்சு மட்டும் வந்து கொண்டிருந்தது. அதன் நெற்றியிலிருந்து ரத்தம் வழிந்து கொண்டே இருந்தது. ரிங்கோவும், ரூபனும், கடுவா மூர்த்தியா பிள்ளையும் புலியின் அருகே சென்றனர்.

ரிங்கோ வேகமாக தன் கூடாரத்துள் சென்று, தன் பையிலிருந்து ஊசியொன்றினை எடுத்து மருந்து நிரப்பி வந்து, புலியின் அடிவயிற்றில் குத்தி மருந்தினை செலுத்தினான். பிறகு அதன் கழுத்திலும் குத்தி மருந்தினை செலுத்தினான்.

மருதநாயகம் பிள்ளை, கடுவாவை பார்த்தார். ''அது புலிக்க ஒடம்பு கெட்டுப்போகாம இருக்கத்துக்கான ஊசியாக்கும்,'' என்றார் கடுவா.

மருதநாயகம் பிள்ளையின் கைகள் இன்னமும் உதறிக்கொண்டிருந்தது, கால்கள் கிடுகிடுவென நடுங்கி

கொண்டிருந்தன. கக்கோடன் சமநிலைக்கு வந்து விட்டான்.

நடுங்கும் குரலில் மருதநாயகம் பிள்ளை கக்கோடனைப் பார்த்து மெதுவாக, ''கக்கோடா... மக்கா, நீதாங் சுட்டேன்னு ஒரு பயக்களுக்கும் தெரியப்பிடாது... இது நாங் சுட்டப் புலி... நீ எனக்கு விசுவாசமானவனாக்கும், ஒனக்கு நாங் சரக்கோணத்தில கெடக்க மூணு ஏக்கர் தென்னந் தோப்பையும், அதுக்கு அடுத்தால கெடக்க ரெண்டு ஏக்கர் கமுகந் தோப்பையும் எழுதித் தாறேன்... இது எலங்கத்தம்மைக்கே மேல சத்தியமாக்கும்,'' என்றார்.

கக்கோடன் எதுவும் சொல்லாமல் புலியை நோக்கி நடந்தான். மருதநாயகம் பிள்ளையும் துப்பாக்கியுடன் அவன் பின்னால் சென்றார். அவரது போதை இன்னமும் முழுவதுமாக இறங்கியிருக்கவில்லை.

புலி தன் இறுதி மூச்சினை விட்டிருந்தது. அந்த புலி கிடக்கும் இடம் முழுக்க அதன் ரத்தம் படர்ந்திருந்தது.

கடுவா மூர்த்தியா பிள்ளை மருதநாயகத்தை ஆச்சரியத்துடனும், சற்று பொறாமையுடனும் பார்த்தார். எனினும் அருகினில் வந்து கட்டிப் பிடித்து கன்னத்தில் ஒரு முத்தத்தையும் கொடுத்து,''ஓய் கலக்கிப் போட்டீரே... நம்ம ஊரு மானத்தை காப்பாத்திப் போட்டீரே... சென்மத்துக்கும் இது போருமுல்லா... ஊருக்கு போய் ஒமக்கு ஒரு பெரிய விழா எடுக்கேங்...ராசாக்கு சேதி தெரிஞ்சா ஒமக்கு பல ஏக்கர் நெலம் குடுப்பேரு... செம்பு பட்டயமும் கிடைக்கும், வெள்ளக்கார தொரையோ... இனி ஒமக்கிட்ட கொஞ்சம் மரியாதையா நடப்பானுவோ,'' என்றார்.

மருதநாயகம் பிள்ளை ஆமோதிப்பதாய் தலையசைத்தார்.

கக்கோடன் எதுவும் சொல்லாமல் புலியையே பார்த்துக் கொண்டிருந்தான்.

அவன் மனதுள் நினைத்தான்,''நான் தான் சுட்டேன்னு சொன்னாலும், யாரும் ஏத்துக்கிட மாட்டானுவோ, அப்படியே ஏத்துக்கிட்டாலும், ஏதெங்கிலும் ஒதுக்குப் புறத்திலே ஒரு அர ஏக்கரு பொட்ட நெலம் தருவாரு ராசா... அதுங்காட்டிலும் ஏமாங் சுட்டாருன்னு சொன்னா, அவரு சொன்னது மாரி மூணு ஏக்கரு தெங்ஙந் தோப்பும், ரெண்டு ஏக்கரு கமுகங் தோப்பும் கெடைச்சும்... அது போராதா...புலி சுட்ட பேர வச்சி நமக்கு நாக்கு வளிக்கக் கூட ஒக்காது. மட்டுமில்லாம அதுக்கு பொறவு நமக்கு ஒரு ஏமாமாரும் ஒரு சோலியும் தராது. சோத்துக்கு புலி சுட்ட கதையையா சொல்லிக்கிட்டு அலையது...புலி சுட்டப் பேரு மருதநாயகம் பிள்ளை ஏமானுக்கே இருக்கட்டும். அதெ வச்சே அவரிட்ட நமக்கு பல காரியங்களையும் சாதிச்சிக்கிடலாம்,'' என்று எண்ணியபடியே அவர் அருகில் வந்தான்.

கடுவாவிடமிருந்து சற்று விலகி நின்ற மருதநாயகத்திடம் வந்தவன் அவரிடம், ''ஏமாங்... செரியான குறியாக்கும், ஒத்த உண்டையில சாச்சுப் போட்டியோ...பாத்த எனக்கு இன்னுங் கை காலு ஒதறலு நிக்கேல பாத்துக்கிடுங்கோ... என்று கடுவாவுக்கு கேட்கும் விதமாக சத்தமாய் சொல்லிவிட்டு, மெதுவாய் மருதநாயகம் பிள்ளையிடம்,''சொன்னது போல தோப்ப எழுதித் தரணும்..பின்ன ஒண்ணு இனி என்ன தெறி விளிச்சப் பிடாது... பின்ன, யாருக்கு முன்னயும் வச்சு என்ன கொச்சாக்கவும் பிடாது. நாங் ஏங் சென்மத்துக்கும்...யாருகிட்டயும் இதப்பத்தி மூச்சு விடமாட்டேங்... இது எம் மோனாண சத்தியம்,'' என்றான்.

மருதநாயகம் பிள்ளை கக்கோடனை கனிவாய் பார்த்தார். சம்மதிப்பதாய் தலையசைத்தார்.

கடுவா இன்னும் ஆச்சரியத்திலிருந்து விலகவில்லை. தள்ளி நின்று மருதநாயகம் பிள்ளையையே பார்த்துக் கொண்டிருந்தார்.

ரிங்கோவும், ரூபனும் இவர்களிடம் வந்து, இதனை தூக்கிப்போக மேலும் ஆட்கள் வேண்டும், இந்த புலி கனமானது, கிட்டதட்ட முன்னூற்றி ஐம்பது பவுண்டுகள் இருக்கும். என்று ஆங்கிலத்திலும், இவர்களுக்கு விளங்குமாறு சைகை மொழியிலும் சொன்னார்கள்.

கடுவா மூர்த்தியா பிள்ளை மருதநாயகத்தைப் பார்த்து,''இங்கேருந்து காளிகேசம் போனாத்தாங் ஆளுவோ கிடைக்கும். இத ஊருக்கு கொண்டு போக வண்டியும் வேணும்... அங்க சொன்னா காட்டு எல்லைவரை சக்கடா வண்டி கொண்டு வருவானுவோ. தொரமாரு சொன்னதாட்டு சொல்லணும்.

''காளிகேசம், காட்டு எல்லேல இருந்து ரெண்டு மைலு தாங்... நம்மோ வண்டில போய் ஆளுவள கூட்டியாராலாம். பொறவால சக்கடா வண்டியும் வரும். ஆளுவ வந்ததும் புலிய எல்லைக்கு தூக்கிற்று போயிரலாம். அதுக்குள்ள சக்கடா வண்டி வந்திரும். புலிய அதுல ஏத்தி ஊருக்கு கொண்டு போயிரலாம். இப்போ மணி எத்தன?,'' என்று கேட்டார்.

மருதநாயகம் பிள்ளை ரிங்கோவைப் பார்த்து ''டைம்..டைம்'' என்றார்.

ரிங்கோ தன் இடுப்பில் தொங்கிக்கொண்டிருந்த கடிகாரத்தை பார்த்து, சைகையில் மூன்று என்று காண்பித்தான்.

ஒரு வழியாய், ரிங்கோ மற்றும் ரூபனிடம் காளிகேசத்துக்கு ஆளனுப்பி, அங்கிருந்து ஆட்களையும், மாட்டு வண்டியையும் கொண்டுவரும் திட்டத்தை விளக்கினார்கள் மருதநாயகமும், கடுவாவும்.

''டேக் அவர் கார்ஸ் அண்ட் கெட் தி அடிஷனல் கைஸ் ஃபார் அவர் சப்போர்ட், கெட் தி கார்ட் ஆல்சோ'' என்று சொல்லி கடுவாவையும், கக்கோடனையும் போய் வர சொன்னான் ரிங்கோ.

அவன் தன் கூடாரத்துக்குள் போய் மதுக் குப்பியை உயர்திக் காட்டி..''கமான் கைஸ்... வி கேன் செலிபரேட்,'' என்று அழைத்தான். அனைவரும் அங்கு சென்றனர். ரிங்கோ முதலில் கோப்பையில் சாராயத்தை நிறைய ஊற்றி மருதநாயகம் பிள்ளைக்கு கொடுத்து,''ட்ரின்க் அண்ட் டேக் ரெஸ்ட்..ஒன்ஸ் தி அடிஷனல் கைஸ் கம்ஸ், வீ வில் கால் யு,'' என்றான். புரியாமல் அவர் விழித்ததால், சைகையில் ரூபன் அவருக்கு விளக்கினான்.

கக்கோடனும், கடுவா மூர்த்தியா பிள்ளையும் குடித்துவிட்டு, ஆட்களை கூட்டிவருவதற்காக காட்டின் எல்லையில் தாங்கள் வந்த வாகனங்கள் நிற்கும் இடம் நோக்கி நடக்கத் துவங்கினர். கடுவாவின் தோளில் அவரது துப்பாக்கி தொங்கிக்கொண்டிருந்தது. தோட்டாக்கள் இருந்த பையை இடுப்பில் சொருகியிருந்தார். இருள் அடர்ந்திருந்தது, இருவர் கைகளிலும் தீ பந்தங்கள் இருந்தன. கக்கோடனின் இடுப்பில் வெட்டரிவாளும், இன்னொரு கையில் கம்பும் இருந்தது.

ரிங்கோவும், ரூபனும் மருதநாயகத்திற்கு மீண்டும் சாராயம் ஊற்றிக் கொடுத்தனர். அவர் நல்ல போதையில் ஆழ்ந்தார்.

அவரை கூடாரத்துள் சென்று படுக்க சொன்னான் ரிங்கோ, தள்ளாட்டத்துடன் அவர் எழுந்து கூடாரத்துள் போய் படுத்தார். அவரது மனம் குற்ற உணர்வில் தவித்தது. அவர் அப்படியே ஆழ்ந்த உறக்கத்துக்குப் போனார்.

ரிங்கோவும், ரூபனும் கையில் கோப்பையும், சுருட்டுமாக தங்கள் துப்பாக்கிகளை பக்கத்தில் வைத்துக் கொண்டு செத்துக் கிடக்கும் புலிக்கு சற்று தள்ளி காவலுக்கு அமர்ந்திருந்தனர்.

கடுவாவும், கக்கோடனும் தாங்கள் வந்த பாதையில் நடந்தனர். கக்கோடன் வரும் போது உடைத்துப் போட்டு வந்த சுள்ளிகள் வழியை கண்டுபிடித்து நடக்க உதவியது.

''கக்கோடா... அங்ஙத்த புலி சுட்டத என்னால நம்பவே முடியல்ல கேட்டியா... அதும் அதுக்க நட்ட நடு நெத்தியில...அவருக்க கையும் காலும் ஆடுன ஆட்டத்தைப் பாத்தியா? இப்படி வெறக்கிய ஆளு எப்படியாக்கும் சுட்டிருக்க முடியும்? எனக்கு சம்சயம் உண்டு கேட்டியா...'' என்றார் கடுவா.

''பின்ன யாரு சுட்டிருக்கும்? நாங் பாக்கையில ஏமான் தோக்க எடுத்திற்று வெளில போச்சு...நாங் எந்திச்சு பொறவால போறதுக்குள்ள தோக்கு வெடிச்சிய சத்தம் கேட்டுவு...பாத்தா... அன்னா கெடக்குவு புலி, எனக்கு ஒரே வெப்புறாளாம், படபடன்னு வருவு...நாக்கு மேலண்ணத்தில ஒட்டிக்கெடக்கு... இதாக்கும் நடந்தது கேட்டியளா...'' என்றான் கக்கோடன்.

கடுவா சொன்னார், ''செரி எதுன்னாலும் நல்லது தாலா... நமக்கு ஒரு பேரு கிடைச்சாச்சுல்லா...மட்டுமில்லாம ஒத்த நாளுலே வேட்டையை முடிச்சிப் போட்டோமுல்லா,'' என்றார்.

‘‘எளவு நாம்மோ ரெண்டுபேரும் இனி அங்க வர போணும்... அதுக்கே இன்னும் ரெண்டு, மூணு மணிக்கூறு நடக்கணும், பின்ன ஆளுவள தொரக்கணும், சக்கடா வண்டி ஏற்பாடு செய்யணும், பின்னையும் நம்மோ திரும்பி போணும்...புலியையும் தூக்கிற்று திரும்பியும் வரணும்... சவம்... சீண்டரம் தாங், காலு கையெல்லாம் தளந்து போயிரும் பாத்துக்கோ. வீட்டில போயிட்டு நல்ல வென்னியில ஒரு குளிய போட்டுட்டு அந்தாக்கில ஒரு கெட, நல்ல ஒறங்கணும் பாத்துக்கோ,’’ என்றார் கடுவா.

கக்கோடனுக்கும் நல்ல சோர்வு இருந்தது. அவன் எதுவும் சொல்லாமல் ஒருவித ஆற்றாமையில் நடந்தான். மூன்று மணி நேரங்கள் நடந்திருப்பார்கள்.

ஒரு வழியாக கக்கோடனும் கடுவாவும், காட்டின் எல்லைக்கு வந்தனர். நல்ல வெளிச்சம் வந்திருந்தது. அவர்கள் வந்த வாகனங்களின் ஓட்டுனர்கள், பக்கத்தில் ஓடிக்கொண்டிருந்த ஓடையில் முகம் கழுவிக்கொண்டிருந்தனர். அவர்களிடம் சங்கதி சொல்லி, கக்கோடன் ஒரு வண்டியிலும், கடுவா ஒரு வண்டியிலுமாக காளிகேசம் நோக்கிப் புறப்பட்டனர்.

அங்கு தோட்டக் கூலிகள் வசிக்கும் பகுதிக்கு சென்று, தங்களுக்கு ஆறு பேர்கள் புலியை காட்டுக்குள்ளிருந்து கொண்டு வந்து வண்டியில் ஏற்றித்தர தேவையென்றும், ஒரு மாட்டு வண்டியும் அதனை ஓட்டிவர ஒருத்தரும், மாட்டு வண்டியில் புலி உடலுடன் பாதுகாப்புக்கு வர இரண்டு பேர்களும் வேண்டும். வண்டியுடன் வருபவர்கள் புலியை தூக்கவரும் ஆறு பேர்களில் இருவராக இருக்கலாம். வண்டியில் வருபவர்களிடம் கொட்டாரத்துக்கு சென்றபின் அனைவருக்குமான கூலி கொடுத்து

விடப்படும், கூலி எவ்வளவு என்பதை மகாராசா தீர்மானிப்பார் என்று தெரிவித்தனர்.

அவர்கள் தங்களுக்குள் கூடி பேசி, சம்மதித்தனர். கக்கோடன் மாட்டு வண்டியையும், வண்டியோட்டியையும் சென்று பார்த்தான். வண்டியை வன எல்லைக்கு ஓட்டி வருமாறு சொன்னான்.

தேர்ந்தெடுத்த ஆறுபேர்களுடன், கக்கோடனும், கடுவா மூர்த்தியும் தாங்கள் வந்த வாகனங்களில் கிளம்பினர்.

அனைவரும் வன எல்லை பகுதிக்கு வந்தனர், கடுவா வாகன ஓட்டியை பார்த்து, "சக்கடா வண்டி வந்திட்டு இருக்கு... வந்ததும் இங்கயே நிக்க சொல்லு. நாங்கோ போய் புலிய தூக்கீற்று, எல்லாரையும் கூட்டிற்று வாறோம். என்றபடி உடன் அழைத்து வந்த ஆறு பேர்களையும் கூட்டிக்கொண்டு கக்கோடன் முன்னே செல்ல இவர்கள் பின் தொடர்ந்தனர்.

கூடாரம் இருந்த பகுதிக்கு இவர்கள் அனைவரும் வந்து சேர்ந்த போது நேரம் நண்பகலைத் தாண்டியிருந்தது. கடுவா கூடாரத்துக்குள் சென்று ஆழ்ந்து உறங்கி கொண்டிருந்த மருதநாயகம் பிள்ளையை அசைத்து எழுப்பினார். கண்கள் கோவைப்பழம் போல சிவந்திருக்க, மருதநாயகம் பிள்ளை எழுந்து சென்று வாய் கொப்பளித்தது, முகம் கழுவி வந்தார்.

கடுவா அவரை அழைத்துக் கொண்டு புலி கிடந்த இடத்துக்கு சென்றார், அங்கு அனைவரும் கூடி நின்று கொண்டிருந்தனர். ரிங்கோ சைகையால் அவர்களுக்கு புலியை எப்படி தூக்கி செல்ல வேண்டுமென்று சொல்லிக்கொண்டிருந்தான்.

கக்கோடன் மருதநாயகம் பிள்ளையிடம், ஒங்க கம்பிளியில இந்த புலியப் போட்டு, சுத்திக் கெட்டி, கனத்த நீண்ட தேக்கங் கம்பில கம்பிளியோட வெச்சி இறுக்கி நல்லா கெட்டி தூக்கீற்று போகலாம். அதுதாங் வழி. சரக்கு பயங்கர கனமாக்கும். முன்ன ரெண்டு பேரு, பின்ன ரெண்டு பேரு தூக்கணும்... பாத பாறையுங், கல்லும்மால்லா கெடக்கு. ஆளு மாத்தி மாத்தி தூக்கணும்,'' என்று தன் திட்டத்தை கூறினான். அனைவருக்கும் அது சரியாகப் பட்டது. ரிங்கோ, ரூபனுக்கு திட்டத்தை சைகையால் சொல்லி ஓரளவு விளக்கினார் கடுவா.

ரிங்கோவும், ரூபனும் வலக்கை கட்டை விரலை உயர்த்தி, தங்கள் சம்மதத்தை தெரிவித்தனர்.

கக்கோடனுக்கும், கடுவாவிற்கும் பயங்கரமாக பசித்தது. காலையிலேயே ஒன்றும் அவர்கள் சாப்பிட்டிருக்கவில்லை. கூட்டி வந்த ஆறு பேர்களுக்கும் மதிய உணவும் கொடுக்க வேண்டும்.

கக்கோடன் மருதநாயகம் பிள்ளையிடம் கேட்டான்,''நமக்கிட்ட இப்போ புளியோதரையும், ரொட்டியளும் நெறய மிச்சமிருக்கு... இந்த ஆறு பேருக்கும் மதிய சாப்பாடு குடுக்கலாமா?,'' என்று.

''நம்ம மூணு பேருக்கும், இப்போ புளியோதரையும், ராத்திரிக்கு ரொட்டியும் வச்சிக்கிட்டு மிச்சம் எல்லாத்தையும் அவனுவளுக்கு குடுத்திரு,'' என்றார் மருதநாயகம் பிள்ளை.

''நம்மோ சாப்பிடலாமா? பயங்கர பசியாக்கும்,'' என்று கேட்டார் கடுவா. மருதநாயகம் பிள்ளை ரூபனை பார்த்து சைகையில் சாப்பிடலாமா என்று கேட்டார். அவன் அதற்கு குடிக்க வேண்டாமா என்று பதில் சைகையில் கேட்டான்.

மூவருமே வேண்டுமென்று தலையசைத்தனர். ரூபன் சிரித்துக் கொண்டே அவர்களை அழைத்தான்.

கக்கோடன் வந்த ஆறு பேரிடமும் சென்று, நல்ல கட்டியான காட்டுக் கொடிகளை நிறைய அறுத்துக் கொண்டு, நல்ல தடிமனான தேக்க மரத்து நீள கொம்பினையும் வெட்டிவர சொன்னான். கொம்பும், கொடிகளும் கொண்டு வந்த பிறகு சாப்பிடலாம் என்று சொல்லி அவர்களை தன் வெட்டரிவாளையும் கொடுத்து அனுப்பினான்.

மூவரும் ரிங்கோ, ரூபனின் கூடாரத்துக்குப் பக்கத்தில் சென்றனர். அனைவருக்கும் சாராயம் கொடுக்கப்பட்டது. குடித்து முடித்து இவர்கள் சாப்பிட அமர்ந்தனர், ரூபன் அருகில் வந்து தங்களுக்கும், இவர்கள் சாப்பாடு வேண்டுமென்றான். இரண்டு புளியோதரை பொதிகளை கக்கோடன் எடுத்துக் கொடுத்தான்.

''நம்ம சாப்பாடு தொரமாருக்கு பிடிச்சுப் போச்சிண்ணாக்கும் தோணுவு,'' என்றான் கக்கோடன்.

ரூபனும், ரிங்கோவும் தங்கள் பொதிகளை எடுத்துக் கொண்டு இவர்கள் சாப்பிடும் இடத்திற்கு வந்து அருகே அமர்ந்து பொதிகளை பிரித்தனர்.

''வாவ்...குட் ஸ்மெல்... கிவ் மீ யுவர் வைஃப்ஸ் பிக்கள்,'' என்று ரூபன் கேட்டான். மங்காய், மற்றும் நெல்லிக்காய் ஊறுகாய்களையும், மோர் மிளகாயையும் கொடுத்தான் கக்கோடன்.

அனைவரும் சாப்பிட்டு முடித்தனர். அந்த ஆறுபேர்களும், ஏராளம் காட்டுக் கொடிகளையும், தடித்து நீண்ட தேக்கம்

கொம்பினையும் தூக்கிக்கொண்டு வந்தனர்.

அவர்களுக்கு ரொட்டிகளும், புளியோதரையும் கொடுத்தான் கக்கோடன். அவர்கள் சாப்பிட்டு முடித்ததும் அனைவரும் புலி கிடக்கும் இடத்திற்கு வந்து, மருதநாயகம் மற்றும் கடுவாவின் கம்பளிகளை ஒன்றன் மீது ஒன்றிட்டு, ஆறு பேருமாக சேர்ந்து புலியை தூக்கி கம்பளிகளின் நடுவில் வைத்து சுற்றினர்.

காட்டுக் கொடிகள் கொண்டு வரிந்து வரிந்து இறுக்கிக் கட்டினர். பிறகு அதனை தேக்கம் கொம்பின் நடுப்பகுதியில் சேர்த்து மிக இறுக்கமாக இணைத்துக் கட்டி, கொம்பின் இரு புறங்களிலும் தூக்கி தோளில் வைத்து நடக்க ஏதுவான முறையில் அமைத்தனர். புலியின் நீண்ட வால் கம்பளிக்கு வெளியே நீண்டு கிடந்தது. அதனை கக்கோடன் சுருட்டி கொடி கொண்டு கட்டி, வெளியே தெரியாதபடி வைத்தான்.

மருதநாயகம் பிள்ளை ரிங்கோவிடம், தான் குளித்து வருவதாக சைகை செய்தார். கடுவாவும் உடன் சென்றார். இருவரும் சுனையில் குளித்தபின், கக்கோடனும் சென்று குளித்து வந்தான்.

ரூபனும் ரிங்கோவும், துணியை சுனைத் தண்ணீரில் நனைத்து தங்கள் உடலை துடைத்து, முகத்தை மட்டும் கழுவினர்.

கூடாரத்தின் மூன்று புறமும் நேற்று இரவு பற்றவைத்திருந்த நெருப்பு இப்பொழுது அணைந்து, கனலில் இருந்து புகை வந்து கொண்டிருந்தது.

கக்கோடன் அழைத்து வந்திருந்த ஆறுபேர்களில் மூன்றுபேரை அழைத்துக் கொண்டுபோய், ஆளுக்கொரு கமுகம்

பாளையை எடுத்துக் கொடுத்து, சுனையில் இருந்து நீர் கொண்டுவந்து கனலை அணைக்க வைத்தான். பிறகு, கூடாரரங்களின் ஆணிகளை பிடுங்கி கூடாரத் துணிகளை ரூபனிடம் கொண்டு வந்து கொடுத்தான்.

அனைவரும் அந்த இடத்தை விட்டுக் கிளம்பத் தயாராயினர். தங்கள் பைகளையும், ஆயுதங்களையும் எடுத்துக்கொண்டனர்.

கக்கோடனும், கடுவாவும் முன்னால் நடந்தனர். அவர்கள் பின்னால், கொம்பினில் கட்டப்பட்டிருந்த புலியை முன்னால் இரண்டு பேர்களும், பின்னால் இரண்டு பேர்களுமாக தூக்கிக்கொண்டு நடக்க, அவர்கள் பக்கத்தில் மீதம் இருந்த இருவரும் நடந்தனர்.

மருதநாயகம் பிள்ளையும், ரூபனும், ரிங்கோவும் கடைசியில் வந்து கொண்டிருந்தனர்.

பாதி வழியில் புலியை இறக்கி வைத்து விட்டு சற்று ஓய்வெடுத்துக்கொண்டனர். ரூபன் புலியை சுமந்து வந்தவர்களுக்கும், கோப்பைகளை கழுவி சாராயம் ஊற்றிக்கொடுத்தான்.

புலி தூக்கி வந்தவர்களில் இருவர் ஆள் மாற்றிக்கொண்டனர். ஒருவழியாக காட்டின் எல்லையை அடைந்தனர். இரண்டு கொழுத்த காளைகள் கட்டப்பட்ட மாட்டு வண்டி தயாராக நின்றிருந்தது.

கக்கோடன் மாட்டு வண்டியில் முதலில் ஏறினான், பிறகு இருவர் ஏறி, கீழிருந்து நால்வர் புலியை உயர்த்த, ரூபனும் மாட்டு வண்டியில் ஏறி புலியை வண்டிக்குள் ஏற்ற உதவினான். புலி

மாட்டு வண்டியில் ஏற்றப்பட்டு சரித்துக் கிடத்தப்பட்டது. மருதநாயகம் பிள்ளைக்கும், கடுவா மூர்த்தியா பிள்ளைக்குமான இரவு சாப்பாட்டு ரொட்டி பொதிகளையும் சம்மந்தி இருந்த பாத்திரத்தையும் கக்கோடன் கொடுத்து விட்டு, மிச்சப் பொதிகளை தன்னோடு மாட்டு வண்டியில் வைத்துக் கொண்டான்.

அவனது தண்ணீர் பையும், ஆயுதங்களும் மாட்டு வண்டியில் ஏற்றப்பட்டன. ரூபன் கக்கோடனருகில் வந்து இரு கோப்பைகளையும், ஒரு முழு மது குப்பியையும், ஒரு முழு சுருட்டு டப்பாவையும் கொடுத்து, ''டேக் கேர்... கம் சூன்,'' என்று சொல்லி விடை கொடுத்தான். ரிங்கோ, மருதநாயகம் பிள்ளை, கடுவா மூவரும் கையசைத்து விடை கொடுத்து விட்டு, தங்கள் கார்களில் ஏறினர்.

ரூபன் திரும்பி செல்லும் மற்ற நான்கு பேர்களுக்கும், ஒரு மதுக் குப்பியை கொடுத்தான். கடுவா அவர்களிடம், ''ஒங்க கூலி இவமாரு வரப்போ கொண்டு வருவாங்கோ'', என்று சொல்லி அனுப்பிவைத்தார்.

ரிங்கோ தன் இடுப்புக் கடிகாரத்தைப் பார்த்தான். நேரம் மாலை ஆறுமணி தாண்டியிருந்தது. மருதநாயகம் பிள்ளை மனதுள் நினைத்தார், 'நம்மோ ராத்திரி பதினோரு மணிக்கு போய்ருவோம். கக்கோடனும், மாட்டு வண்டியும் வர காலம்பற எட்டு ஒம்பது ஆயிரும்'.

மாட்டு வண்டி புறப்பட்டது, இவர்களின் கார்கள் வேகமாக மாட்டு வண்டியை முந்திக்கொண்டு சென்றது.

கடுவாவும், மருதநாயகமும் ஒரு காரில் சென்றனர். ரிங்கோ, ரூபன் கார் முன் சென்றுகொண்டிருந்தது.

கடுவா சொன்னார், ''நேர வீட்டுக்குப் போயிருவோம், நல்ல ஒறங்கிறறு... காலம்பற, குளிச்சி தயாராகி கொட்டாரத்துக்கு போவோம், அதுக்குள்ள நீரு புலி சுட்ட விசயம் ஊரு பூரா பரந்திரும். இப்போ இவனுவோ கொட்டாரத்துக்குப் போனதும் எல்லாரிட்டையும் சொல்லுவானுவோ. காலையில ஒமக்கு பூரண கும்ப வரவேப்புதாங்,'' என்றார்.

மருதநாயகம் பிள்ளைக்கு மனதுள் நாளை கிடைக்கும் வரவேற்பும், புகழ்ச்சியும் நினைத்து பெருமிதம் வந்தாலும், ஒரு குற்ற உணர்ச்சி அவரை உறுத்திக்கொண்டே இருந்தது.

மாட்டு வண்டியில் கக்கோடன் மற்ற இருவரிடமும் பேசிக்கொண்டே வந்தான், அதில் முருகன் என்பவன் சொன்னான், ''ஆனாலும் இத்தா தண்டி புலிய நேருக்கு நிண்ணு சுடணுமுண்ணா... நல்ல நெஞ்சு ஊக்கம் வேணும், அந்த ஏமான பாத்தா வயசானவரு போல இருக்கேரு... சம்மதிச்சு குடுக்கணும் கேட்டீரா,'' என்றான்.

இன்னொருவன் தங்கம், அவன் சொன்னான், ''மனசுல தைரியம் இருந்தா எம்புட்டு வயசானா என்னலே... அவருக்கு நல்ல அண்டி ஒறப்பு உண்டு... அதாக்குங் காரியம்,'' என்றான்.

மாட்டுவண்டி ஓட்டிக் கொண்டிருப்பவன் மணி, அவன் திரும்பிப் பார்த்து கேட்டான், ''தொரமாரு கூட இருக்கும்போ, இவரு சுட்டது அவமாருக்கு பெரிய சீணமாட்டில்லா இருந்திருக்கும்... அவமாரு ஒண்ணும் சொல்லலியா?''என்று.

கக்கோடன் சொன்னான்,''தொரமாரு நம்மாள விட பல காரியத்தில நல்லவமாராக்கும்... அவமாரு ஏமான கெட்டிப்

பிடிச்சாக்கும் சந்தோசப் பட்டது. அவமாருக்கு நம்மளப் போல 'குறுக்கனுக்க' புத்தி கெடயாது,'' என்றான்.

மாட்டு வண்டி, அருமநல்லூர் தாண்டி போய்க்கொண்டிருந்தது. கக்கோடன் இரண்டு கோப்பைகளில் சாராயம் ஊற்றி முருகனுக்கும், தங்கத்துக்கும் கொடுத்தான். அவர்கள் வாங்கிக்கொண்டே,''நீரு குடிச்ச மாட்டீரா?''என்று கேட்டனர்.

கக்கோடன் சிரித்துக் கொண்டே,''ரெண்டு தம்ளரு தாங் இருக்கு... குடிச்சிற்று தாருங்க... பொறவு நானும், மணியும் குடிக்கியோம்,''என்றான்.

மணி மாட்டு வண்டியை நிறுத்தினான். நன்கு இருட்டி இருந்தது. நிலவு வெளிச்சம் மேக சூழலால் மங்கித் தெரிந்தது. மணி தீப்பந்தங்களைக் கொளுத்தி வண்டியின் முன் பக்கமும், பின் பக்கமும் சொருகினான்.

முருகனும், தங்கமும் குடித்து விட்டு கோப்பைகளை கழுவி கக்கோடனிடம் கொடுத்தனர். கோப்பைகளை சாராயம் ஊற்றி மணிக்கும் கொடுத்து, அவனும் குடித்தான். ஆளுக்கொரு சுருட்டையும் கொடுத்தான்.

''இதெல்லாங் தொரமாரு நமக்கு தருமுண்ணு நெனச்சுக் கூட பாக்கேயில்லை என்றான் மணி.'' வண்டி கிளம்பியது. கக்கோடனுக்கு நல்ல உறக்கம் வந்தது, அவன், முருகனிடம்,''நாங் கொஞ்ச நேரம் ஒறங்கப் போறேன், ஒங்களுக்கு வெசப்பெடுத்தா இந்த பையில பொதியோ இருக்கு... எடுத்து சாப்பிட்டுக்கிடலாங்,'' என்றான்.

மருதநாயகம் பிள்ளை புலி சுட்டக் கதை

‘‘நீரு ஒறங்கி எளும்பும், பொறவு சேந்து சாப்பிடலாம்,’’ எனறான முருகன்.

மாடுகளின் மணியோசையும், குளிர் காற்றும், போதையும், வண்டியின் அசைவும் கக்கோடனை ஆழ்ந்த உறக்கத்துக்கு அழைத்து சென்றது. பக்கத்தில் செத்த புலி கிடப்பதை பற்றிய எந்த கவலையுமின்றி அவன் உறங்கினான்.

இப்பொழுது நல்ல நிலவு வெளிச்சம் வந்தது. வண்டி மாடுகள் சற்று வேகமாகவே நடந்தன. முருகனும், தங்கமும் தூங்கி வழிய ஆரம்பித்தனர். இடையிடையே, மணியின் ‘இஞ்ஞ்..சாளே’, என்ற காளைகளை உற்சாகப் படுத்தும் சத்தம் கேட்டுக் கொண்டிருந்தது.

நிலவு கிழக்கிலிருந்து இப்பொழுது நடு வானுக்குப் பக்கத்தில் வந்திருந்தது. மணிக்கு நல்ல பசி வந்தது, அவன் காளைகளின் வேகத்தைக் குறைத்து இழுத்து வண்டியை ஒரு கால்வாயின் அருகே நிறுத்தி விட்டு, கக்கோடனை அழைத்தான். பதிலேதும் இல்லாததால், முருகனை அழைத்தான். ‘‘லே முருகா… பசிக்கிலே சாப்பிடுவோம்,’’ என்றபடி வண்டியிலிருந்து இறங்கினான். தங்கமும் விழித்துக் கொண்டான். கக்கோடனை தட்டி எழுப்பினான் முருகன்.

அனைவரும் வண்டியிலிருந்து இறங்கி கால்வாயில் கை, கால், முகம் கழுவினர். காளைகளை நுகத்தடியிலிருந்து அவிழ்த்து முருகன் மற்றும் தங்கத்தின் உதவியுடன் வண்டியை மெதுவாக இறக்கி, மாடுகளுக்கு வண்டியின் அடியில் தொங்கிக் கொண்டிருந்த கோணியிலிருந்து வைக்கோல் எடுத்துப் போட்டான் மணி.

கக்கோடன் மீண்டும் அவர்களுக்கு சாராயம் கொடுத்து தானும் குடித்தான். சாப்பாட்டுப் பையை எடுத்து பொதிகளை அனைவருக்கும் கொடுத்தான். சாப்பாட்டுக்குப் பிறகு அனைவரும் சுருட்டு பற்றவைத்தனர்.

மணி காளைகளை வாய்க்கால் அருகே கொண்டு சென்று தண்ணீர் குடிக்க வைத்து மீண்டும் வண்டியில் பூட்டினான். அனைவரும் வண்டியில் ஏற, பயணம் தொடர்ந்தது.

மணி திரும்பியபடி கக்கோடனைப் பார்த்து கேட்டான், ''புலிய அதிராவில கொண்ணதில்லா... சவம் இம்புட்டு நேரமாகே.. நாறாதா?,'' என்று.

கக்கோடன் சொன்னான், ''நாறாது... அதுக்கு தொர... ஊசி போட்டிருக்காவோ... கெடாம இருக்கும்,'' என்றான்.

கார்கள் கொட்டாரத்தை நெருங்கும் நேரம் வந்து கொண்டிருந்தது. முன்னால் சென்ற ரிங்கோ, ரூபனின் கார் நின்றது. மருதநாயகத்தின் கார் வந்ததும், ரிங்கோ அவரிடம், ''நீங்கள் இருவரும் வீட்டுக்குப் போய் ஓய்வு எடுத்து நாளை காலையில் ஒன்பது மணிக்கு கொட்டாரத்துக்கு வாருங்கள் என்று ஆங்கிலத்திலும், சைகையிலும் சொன்னான்.

புரிந்துகொண்டனர் இருவரும். ஓட்டுநர் அவர்களை வீட்டில் விட்டு விட்டு கொட்டாரத்துக்கு வர சொல்லப்பட்டது. ரிங்கோ, ரூபனின் கார் நேரே கொட்டாரம் போகும் வளைவில் திரும்பியது.

மருதநாயகம் பிள்ளையும், கடுவாவும் காரிலிருந்து இறங்கி, வீட்டின் முன் வாசல் திறந்து முற்றத்தில் வந்தனர். கடுவா சத்தமாக ''மைனி'' என்றழைத்தார்.

நேரம் நள்ளிரவு பனிரெண்டரையாகியிருந்தது. சற்று நேரத்தில் வீட்டின் உட்கதவு திறந்து நுள்ளியம்மையும், தங்கம்மையும் கையில் லாந்தர் விளக்குகளுடன் வெளி வந்தனர்.

கடுவா நுள்ளியம்மையைப் பார்த்து, ''மைனி ஆரத்தி எடுத்தாருங்கோ... இவரு புலிய சுட்டுப் போட்டேரு,'' என்று சத்தமாக கத்தினார்.

நுள்ளியமை, தூக்க கலக்கத்தினாலும், நம்பிக்கையின் மையாலும் அப்படியே நின்றிருந்தாள். கடுவா மீண்டும் சொன்னார், ''போங்கோ..எடுத்தாங்கோ''என்று.

இப்பொழுது நுள்ளியம்மை தன் கையிலிருந்த லாந்தர் விளக்கை அங்கேயே வைத்துவிட்டு, தங்கம்மையுடன் உள்ளே சென்று ஆரத்தி எடுத்து வந்தாள்.

மருதநாயகம் பிள்ளையும், கடுவாவும் உள்ளே வந்தனர்.

''காலைல எல்லாம் பேசலாம்... ஒரே சடவா இருக்கு... இப்போ நங்கோ ஒறங்கப் போறோம்,'' என்றபடியே மருதநாயகம் பிள்ளை, கடுவாவை அழைத்துக் கொண்டு மாடியில் சென்று படுத்தார். கடுவா அங்கிருந்த மற்றொரு கட்டிலில் படுத்தார். இருவரும் படுத்த உடனே தூங்கிவிட்டனர்.

காலையில் எழுந்த அனைவருக்கும் முதல் செய்தி மருதநாயகம் பிள்ளை புலி சுட்டதுவாகத்தான் இருந்தது. அவர் வீட்டின் முன் ஆண்களும், பெண்களும் குவியத் தொடங்கினர்.

நுள்ளியம்மை மாடிக்கு வந்து மருதநாயகம் பிள்ளையை எழுப்பினாள். ''இன்னா... வெளில ஒரே ஆள் கூட்டம்... மணி

ஆறரையாகு..எந்திக்கணும்,'' என்று அவரை எழுப்பினாள். இந்த சத்தத்தில் கடுவா மூர்த்தியா பிள்ளை எழுந்து விட்டார்.

மருதநாயகமும் எழுந்து சென்று பல் தேய்த்து, தனது வேட்டியை எடுத்துக் கட்டிக்கொண்டு, ஒரு துண்டை தோளில் போட்டுக்கொண்டார்.

கடுவாவுடனமர்ந்து தேயிலை குடித்து விட்டு, தன் வீட்டு முன் கதவினைத் திறந்து வெளியே நின்றிருந்தவர்களைப் பார்த்தார்.

அனைவரின் முகங்களிலும், பெருமிதமும், சந்தோஷமும் நிரம்பிக் கிடந்தது. ஊர் தலைவர் கங்காதரன் நாயர் முன்னே வந்து அவரை கட்டிப் பிடித்தார். ''நிங்ஙளு ஆளு புலியாணு...அவமாருடே கூடே போயிற்று, நிங்ஙளு...புலியினே வெடிவெச்சு கொந்நு... இது ஒரு சம்பவந் தன்னே... சம்மதிச்சு தருந்நு,'' என்றார்.

வந்திருந்தவர்கள் அனைவரும் மருதநாயகம் பிள்ளைக்கு வாழ்த்து தெரிவித்தனர். கடுவா பக்கத்தில் நின்று கொண்டிருந்தார்.

கங்காதரன் நாயர் சொன்னார், ''கக்கோடன் புலியுங் கொண்டு இப்போ எத்தும் எந்நாணு கொட்டாரத்தின்றே வாதில் காவலாளி கிருஷ்ணன் பறைஞ்ஞுது,'' என்றார். அவர்கள் அனைவரும் கொட்டாரத்தின் வாசலுக்கு செல்வதாக சொல்லி சென்றனர்.

கடுவா தான் வீட்டிற்கு போய் குளித்து உடைமாற்றி, சாப்பிட்டு விட்டு உடனே வருவதாக சொல்லி, தன் துப்பாக்கியையும், பையையும் எடுத்துக் கொண்டு சென்றார்.

மருதநாயகம் பிள்ளையும் வேக வேகமாக குளித்து காலையுணவை முடித்து, புது வேட்டியும், வெள்ளை சட்டையும் இட்டு, அதற்குமேல் கருப்பு கோட்டினைப் போட்டு, தங்க சரிகைப் போட்ட பட்டுத் துண்டினை தலைப்பாகையாய் கட்டி, நெய் தேய்த்து முறுக்கிவிட்ட மீசையை மீண்டும் முறுக்கியபடி வெளியே வந்தார்.

''நுள்ளியம்மை அவரிடம்...பெரிய புலியோ? எப்படி சுட்டியோ? நேர்ல பக்கத்தில பாத்தா பயமா இல்லையா?'' என்று கேட்டாள்.

மருதநாயகம் பிள்ளை, ஒரு சிரிப்பினை மட்டும் பதிலாகக் கொடுத்தார். கடுவா வந்து சேர்ந்தார்.

இருவரும் கொட்டாரத்துக்கு கிளம்பினர். இவர்கள் வீட்டை விட்டு வெளி வரவும், கொட்டாரத்தின் கார் ஒன்று வந்து நின்றது.

காரோட்டி சொன்னான், ''தம்புரான் உங்களை காரில் கூட்டிவர சொன்னார்,'' என்று.

மருதநாயகம் பிள்ளை, கடுவா மூர்த்தியா பிள்ளையை ஆச்சரியத்துடன் பார்த்தார். கடுவா கண்களை மூடி, புருவங்களை லேசாக உயர்த்தி, புன்முறுவலுடன் தலையாட்டினார்.

''பின்னே... ஒங்களோட.... துப்பாக்கியையும் எடுத்தார சொன்னார்,'' என்று மருதநாயகத்தை பார்த்து காரோட்டி சொன்னான்.

கடுவா, ''ஏங்... துப்பாக்கியுமா? அது ஏங் வீட்டில கொண்டு வெச்சிட்டேனே'' என்றார். இல்லயில்ல...ஒங்க துப்பாக்கி வேண்டாங்... மருதநாயகம் பிள்ள ஏமாங் துப்பாக்கி மட்டும் போரும்,'' என்று ஓட்டுநர் சொன்னான்.

மருதநாயகம் பிள்ளை, வீட்டுள் சென்று துப்பாக்கியை எடுத்து வந்தார். இருவரும் காரில் ஏறிக் கொண்டனர். கார் கொட்டாரம் நோக்கி நகர்ந்தது.

மருதநாயகம் பிள்ளையை, ராஜா கொட்டார உள்வாசலில் வந்து வரவேற்று, தோளில் கை போட்டு உள்ளே அழைத்து சென்றார். ரிங்கோவும், ரூபனும் அமர்ந்திருந்தனர். ஓரத்தில் அரண்மனையின் ஆஸ்தான புகைப்பட கலைஞனும், ஆஸ்த்தான ஓவியனும் நின்று கொண்டிருந்தனர்.

ராஜா, மருதநாயகம் பிள்ளையையும், கடுவாவையும் அமரச் சொன்னார். ரிங்கோவும், ரூபனும் மருதநாயகத்தைப் பார்த்து பெருமிதத்துடன் சிரித்தனர்.

புலியை சுமந்து கொண்டு மாட்டுவண்டி கோட்டைக்குள் நுழைந்தது. பெரும்பாலான ஊர் மக்கள் வண்டியை சூழ்ந்தனர், அவர்களுக்கு புலியை பார்க்கும் ஆவல். கக்கோடன் அவர்களிடம்,வழி விடுங்கோ... கொட்டாரத்துக்கு வாருங்கோ... என்று கத்தினான். வண்டி கொட்டாரத்தை நோக்கிப் போனது. கூட்டம் பின் தொடர்ந்தது.

வெளியே மக்களின் ஆரவாரம் கேட்டது, மாட்டு வண்டி கொட்டாரத்துக்குள் நுழைந்தது. கொட்டாரத்தின் முன் விரிந்து கிடக்கும் மணல் முற்றத்தில் வண்டி நின்றது, வாயில் காவலர்கள் மக்களை உள்ளே அனுமதிக்க வில்லை. பொறுமையாக காத்திருக்க சொல்லிக்கொண்டிருந்தனர்.

ராஜா உட்பட அனைவரும் வெளியே முற்றத்திற்கு வந்து கொண்டிருந்தனர், மருதநாயகம் பிள்ளை மீசையை முறுக்கி விட்டபடி, நெஞ்சினை நிமிர்த்தி துப்பாக்கியுடன் நடந்து வந்து கொண்டிருந்தார்.

கக்கோடன் மாட்டு வண்டியிலிருந்து சாடியிறங்கினான். கக்கோடனைப் பார்த்ததும், மருதநாயகம் பிள்ளையின் கம்பீர நடை சற்று தொய்வானது.

அனைவரும் வண்டிக்கு அருகினில் வந்தனர், ராஜா புலியை கிழே இறக்கி ஒரு பெரிய பலகையில் அதனை நிற்கும் நிலையில் நிறுத்தி வைக்க சொன்னார்.

பெரிய பலகையும், தாங்குக் கட்டைகளும் கொண்டு வரப்பட்டன. காவலர்களின் உதவியுடன் புலி இறக்கப்பட்டு, பலகையில் வைத்து கட்டுகளை அகற்றினர். புலியின் நெற்றியில் ரத்தம் உறைந்து பெரிய சிவப்புத் திட்டாக இருந்தது.

ராஜா புலியைப் பார்த்து வியந்து மருதநாயகத்தைப் பார்த்து, "வம்பிச்ச சாதனமாணல்லோ?" என்றார்.

பலகையில் புலியை தூக்கி நிறுத்தி, அது சாய்ந்து விடாமல் இருக்க தாங்குக்கட்டைகளை அமைத்தனர். புலியின் நெற்றியில் உறைந்திருந்த ரத்தத் திட்டு துடைத்து எடுக்கப்பட்டது. அதன் வாலை கட்டியிருந்த கொடியினை கக்கோடன் அறுத்து எடுத்தான்.

மாட்டு வண்டி கொட்டாரத்துக்கு வெளியே அனுப்பப்பட்டது. ராஜா தன் உதவியாளரிடம் சொல்லி அவர்களுக்கான கூலியையும், அங்கே புலி ஏற்ற உதவிய மற்ற நான்கு பேர்களுக்கான கூலியையும், அனைவருக்கும் மூன்று வேளைக்கான சாப்பாடு பொதிகளையும் வழங்கி அனுப்ப சொன்னார். ஏற்கனவே இதனை ராஜாவிடம் ரூபன் சொல்லியிருந்தான்.

ஊசி மருந்து செலுத்தப் பட்டதால் புலியின் உடலில் மாற்றமோ, நாற்றமோ வரவில்லை, அதன் கண்கள் திறந்தே இருந்தன. வாய் சற்று திறந்து பற்கள் தெரிந்தன.

புலி இப்பொழுது உயிருடன் நிற்பது போலவே இருந்தது. ராஜாவும், மற்றவர்களும் புலியை சுற்றி வந்துப் பார்த்தனர்.

ராஜா, மக்களை உள்ளே விடுமாறு வாயில் காவலர்களுக்கு சைகை செய்தார். மக்கள் பெருந் திரளாய் உள்ளே வந்தனர். அனைவரும் புலியைக் கண்டு வியந்தனர்.

புலியையும், மருதநாயகம் பிள்ளையையும் மாறி மாறிப் பார்த்தனர். கக்கோடன் கூட்டத்தில் ஒருவனாக நின்றிருந்தான். மருதநாயகம் பிள்ளையின் கண்கள் அவனை அடிக்கடி பார்த்தன.

ராஜா அனைவர் முன்பும் மலையாளம் கலந்த தமிழில் பேச ஆரம்பித்தார். ''நமக்கெல்லாம் பெருமை சேர்க்கும் காரியத்தை நம் ஊர் தலையாரி மருதநாயகம் பிள்ளை செய்துள்ளார், இத்தனை வலிய புலியை அவர் சுட்டுக் கொன்றது அவரது வீரத்தின் அடையாளம். நம் சமஸ்தானத்தில் இது போன்ற வீரர்கள் அதிகம் வரவேண்டும். இனிமேல் ஊருக்குள் புகுந்து கால்நடைகளையும், மனிதர்களையும் வேட்டையாடும் கொடிய வன விலங்குகளை சுட்டுக் தள்ள மருதநாயகம் பிள்ளையின் தலைமையில் குழு ஒன்று அமைக்கப்படும்...இக்குழுவில் இணைபவர்களுக்கு மாத ஊதியம் வழங்கப்படும்,'' என்றார்.

இதனைக் கேட்டதும், மருதநாயகம் பிள்ளையின் நெஞ்சில் டிலன்னோய் கோட்டையில் செய்த பீரங்கி மீண்டும் வெடித்தது.

அவர் கடுவாவையும், கக்கோடனையும் பார்த்தார். கக்கோடன்

புன்னகைத்துக் கொண்டிருந்தான். கடுவா பீதியில் உறைந்திருந்தார்.

ராஜா தொடர்ந்தார், "இந்த கொடும் புலியை மருதநாயகம் பிள்ளை துரைமார்களின் முன்னிலையில் சுட்டுக் கொன்று, அவர்களுக்கு நம் வீரத்தை விளக்கிக் காட்டியுள்ளார். இதனை துரைமார்களே பாராட்டுகின்றனர்," என்றபடியே ரிங்கோ, ரூபனை சுட்டிக் காட்டினார்.

அனைவரும் கை தட்டினர். கக்கோடனும் பலமாக கை தட்டினான். மருதநாயகம் பிள்ளைக்கு தர்ம சங்கடமாக இருந்தது. ஆயினும் மிடுக்கை விடவில்லை. துப்பாக்கியை தரையில் ஊன்றியபடி நின்றிருந்தார்.

ராஜா தொடர்ந்து, 'இதற்காக "கொடும்புலி சுட்ட மாவீரன் மருதநாயகம் பிள்ளை', என்ற செம்பு பட்டயத்தை வழங்கி சிறப்பிக்கிறேன்," என்று சொல்லி தன் உதவியாளனைப் பார்த்தார்.

அவன் ஒரு தட்டில் பட்டுத் துணியில் வைத்திருந்த கனத்த செம்பு பட்டயத்தை கொண்டு வந்தான்.

ராஜா, ரிங்கோவையும், ரூபனையும் அழைத்து மூவருமாக சேர்ந்து பட்டயத்தை மருதநாயகம் பிள்ளைக்கு வழங்கினர். அவர் முதுகு வளைத்து குனிந்து வாங்கிக்கொண்டார். புகைப்படங்கள் எடுக்கப்பட்டன. கடுவாவிற்கு வெள்ளிக்காசுகள் கொண்ட சிறிய 'கிழி' பரிசளிக்கப்பட்டது.

ஒரே கை தட்டலும், ஆரவாரவுமாக இருந்தது. ராஜாவும், மருதநாயகம் பிள்ளையும், ரிங்கோவும், ரூபனும், கடுவாவும் ஒன்றாக புலியின் பக்கத்தில் நின்று புகைப்படம் எடுத்துக்

கொண்டனர். மருதநாயகம் பிள்ளை தன் துப்பாக்கியை ஊன்றியபடி மிடுக்காக நின்றார். அவரை புலியுடன் தனியாகவும் ஒரு புகைப்படம் எடுத்துக் கொண்டார்.

ரிங்கோவிடம் ரூபன் ஏதோ பேசினான், ரிங்கோ ராஜாவிடம் வந்து காதில் ஏதோ சொன்னான். ராஜா தன் உதவியாளனை அழைத்து மீண்டுமொரு வெள்ளி 'கிழி' கொண்டு வர சொன்னார்.

ரூபன் கூட்டத்தை கூர்ந்து பார்த்து, கக்கோடனை அடையாளம் கண்டு அவனை கை காட்டி அழைத்தான். இதனைக் கண்ட மருதநாயகம் பிள்ளைக்கு தூக்கிவாரிப் போட்டது.

மீண்டும் ரூபன் அழைக்க கக்கோடன் அருகில் வந்தான். ரிங்கோவும், ரூபனும் அவனை ராஜாவுக்கு அறிமுகப் படுத்தி, அவன் செய்த உதவிகளை விளக்கினர். கடுவா மூர்த்தியா பிள்ளை, கக்கோடனை முறைத்துப் பார்த்துக்கொண்டிருந்தார்.

ராஜாவை இவ்வளவு பக்கத்தில் பார்த்த கக்கோடனுக்கு உடம்பெல்லாம் புல்லரித்து நடுங்கியது. அவர் காலில் விழப்போனவனை ரூபன் தடுத்துத் தூக்கினான். உதவியாளன் கொண்டு வந்த கிழியை ராஜா கக்கோடனுக்குக் கொடுத்தார். அவனுக்கு கண்கள் நிறைந்தது. ரிங்கோ, ரூபன் அவனுடன் புகைப்படம் எடுத்துக்கொண்டனர்.

"ராஜா மீண்டும் மக்களைப் பார்த்து, இந்த வீரச்செயலை செய்து துரைமார்கள் மத்தியில் நம் வீரத்தையும், பெருமையையும் நிலை நாட்டிய மருதநாயகம் பிள்ளைக்கு என் சார்பாக, அவர் விரும்பும் இடத்தில் எனக்கு சொந்தமான சொத்துகள் இருக்கும் பட்சத்தில் அவருக்கு என் பத்து ஏக்கர் நிலத்தை பரிசாக எழுதிக்

கொடுக்கிறேன்,'' என்றார். கைத்தட்டல் அடங்க வெகு நேரமாகியது.

மருதநாயகம் கக்கோடனைப் பார்த்தார். அவன் அவரைப் பார்த்து புன்னகைத்தபடியே நின்றிருந்தான். அவர் பார்வையை மாற்றிக்கொண்டார். ராஜாவைப் பார்த்து நன்றியுடன் கும்பிட்டார்.

ராஜா மீண்டும் மக்களைப் பார்த்து, கொட்டார ஊட்டுப்புரைக்குள் செல்ல தகுதியுடையவர்கள் உள்ளே சென்று சாப்பிட்டு செல்லுமாறும், மற்றவர்களுக்கு முற்றத்திலே சாப்பாடு வழங்கப்படும் என்றும் தெரிவித்துவிட்டு உள்ளே சென்றார். அவரை ரிங்கோவும், ரூபனும் மருதநாயகம் பிள்ளையும், கடுவாவும் பின் தொடர்ந்தனர்.

கக்கோடன் வெளியில், முற்றத்தில் சாப்பிடக் காத்திருந்தவர்களின் கூட்டத்தில் நின்றுகொண்டிருந்தான்.

மறுநாள் மாலையில், மருதநாயகம் பிள்ளை தன் வீட்டில் சாய்வு நாற்காலியில் கோமணத்துடன் படுத்துக் கொண்டிருந்தார். அவர் கையில் ராஜா கொடுத்த செம்பு பட்டயம் இருந்தது.

தரையில் சாய்ந்து அமர்ந்திருந்த கக்கோடனைப் பார்த்து அதனை தன் வரவேற்பறை சுவற்றில் ஆணியடித்து மாட்ட சொன்னார். லேசான புன் முறுவலுடன் கக்கோடன் அதனை வாங்கி சென்றான்.

மருதநாயகம் பிள்ளை உள்ளே சென்று, இன்று காலை கக்கோடன் பெயருக்கு மாற்றி எழுதிய சரக்கோணம் தோப்புகளின் பத்திரத்தை எடுத்து வந்தார்.

கக்கோடன் வந்ததும் அவனிடம் அதனைக் கொடுத்தார்.

அவன் நன்றியுடன் வாங்கிக் கொண்டான்.

"திருப்பியுங் சொல்லுகங் ஏமானே... யாருட்டையும் மூச்சு விடமாட்டேங்... இது எம் மொவங் சுருளியப்பங் மேல சத்தியமாக்கும்," என்றான்.

அடுக்களையிலிருந்து வெளி வந்த நுள்ளியம்மை, இருவரையும் பார்த்தாள். ஒன்றும் பேசாமல் மனதுள் சிரித்தபடி மீண்டும் அடுக்களைக்குள் சென்றாள்.

காலங்கள் வேகமாக உருண்டோடின. மருதநாயகம் பிள்ளை, துப்பாக்கியுடன் புலியருகில் நிற்கும் பெரிய புகைப்படமும், 'கொடும் புலி சுட்ட மாவீரன் மருதநாயகம் பிள்ளை' என்ற செம்பு பட்டயமும் அவர் வீட்டின் வரவேற்பறையை பரம்பரை, பரம்பரையாய் அலங்கரித்துக் கொண்டிருக்கிறது.

மருதநாயகம் பிள்ளையின், மூத்த மகன் தவம் பிள்ளையின் மகள் வத்சல குமாரி, ஒரு பல்லியைப் பார்த்து பயந்து ஓடி வந்த தன் மகன் வயிற்று பேரனைப் பார்த்து, "ஏந் தாத்தா மருதநாயகம் பிள்ள, நேருக்கு நேர நிண்ணு பெரிய புலிய சுட்டவராக்கும்... அந்த பரம்பரையில வந்த நீ ஒரு பல்லியப் பாத்து பயப்படலாமா?" என்று கேட்டுவிட்டு, அவனுக்கு தன் தாத்தா மருதநாயகம் பிள்ளை புலி சுட்டக் கதையை வத்சலகுமாரி சொன்னாள்.

அக்கதையில் எவ்விடத்திலும் 'கக்கோடன்' என்ற பெயர் வரவே இல்லை.

- முற்றும் -